கேபிள் சங்கர்

இயற்பெயர் சங்கர் நாராயணன். நடிகராக, எழுத்தாளராக, இயக்குநராக, வினியோகஸ்தராகத் திரையுலகுடன் நெடுநாள் தொடர்புடையவர். திரையுலகை, அதன் வர்த்தக நுணுக்கங்களை நன்கு அறிந்தவர். சமூக ஊடகங்களில் பிரபலமானவர். மூவிவுட் எனும் ஓ.டி.டி தளத்தை நடத்துகிறவர்.

இவரது பிற புத்தகங்கள்:

- *சினிமா வியாபாரம் 3.0*
- கோணங்கள்
- *சாப்பாட்டுக் கடை*
- லெமன் ட்ரீயும் ரெண்டு ஷாட் டக்கீலாவும் *(சிறுகதைத் தொகுப்பு)*
- *மீண்டும் ஒரு காதல் கதை (நாவல்)*
- *24 சலனங்களின் எண் (நாவல்)*
- *நான் ஷர்மி வைரம் (நாவல்)*
- *பெர்முடா (நாவல்)*
- *பிரம்மா (நாவல்)*

*பிரம்மா மற்றும் 24 சனங்களின் கதை விரைவில் வெப் சீரிஸாகவும் திரைப்படமாகவும் வரவிருக்கின்றன.*

# ஓடிடி வியாபாரம்

கேபிள் சங்கர்

ஓடிடி வியாபாரம்
கேபிள் சங்கர் ©

சுவாசம் பதிப்பகம்

OTT Vyabhaaram
Cable Sankar ©

First edition: Sep 2023
ISBN: 978-93-95272-92-6
Title Number: Swasam 088

Published by:
Swasam Publications Private Limited,
52/2, Near B.S Mahal, Ponmar,
Chennai, Tamil Nadu – 600127
Email: swasam.publications@gmail.com

Printed by: Pustaka Digital Media, Dindigul - 624005

To buy the book: Swasam Bookart - +91-8148066645
Website: https://www.swasambookart.com/

# உள்ளே...

சமர்ப்பணம்

அம்மா கோமதி, மனைவி ஸ்வர்ணா,
மகன்கள் சர்வேஷ், சுகேஷ்.

# 1. The Boys

‘ஓடிடி’ என்கிற இந்த வார்த்தையைப் பயன்படுத்தாதவர்கள் இன்றைக்கு இந்தியாவிலேயே கிடையாது என்று உறுதியாய்ச் சொல்லிவிட முடியும். சரி ஓடிடி என்றால் என்ன, அதன் முழுமையான பெயர் என்ன என்று கேட்டீர்களானால் பாதிப் பேருக்குத் தெரியாது.

இஞ்ஜினியரிங் படிப்பை முடித்தோ முடிக்காமலோ “Cinema is my passion. I wana’be a film maker” என்று கவுதம் மேனன் படங்களில் சொல்வது போலச் சொல்லிக் கொண்டு, எப்படியாவது நாமும் ஒரு கார்த்திக் சுப்பாராஜ், நலன் ஆகி விட மாட்டோமா என்று கனவுடன் அலையும் பல புதிய இளைஞர்களின் நம்பிக்கை நட்சத்திரம். ரெஃபரன்ஸ் கைடு இந்த ஓடிடி.

“இப்பல்லாம் சின்ன படம் எங்க சார் ஓடுது, எல்லாரும் ஓடிடிலதான் படம் பாக்குறாங்க.”

“நாப்பது ரூபால பண்ணுறாப்ல ஒரு செக்ஸ் பேஸ்டு சப்ஜெக்ட் இருக்கு சார். ஓடிடி கண்டெண்ட். லட்டு மாதிரி அள்ளிட்டு போயிருவாங்க.”

“இப்பல்லாம் படமே யாரும் பாக்குறது இல்லை. ப்ரேக்கிங் பேட், கேம் ஆப் த்ரோன்ஸ் எல்லாம் கேள்விப்பட்டிருக்கீங்களா, உலகத்தையே திருப்பிப் போட்ட கண்டெண்ட். இன்னைக்கு எல்லாமே சீரீஸ்தான். சினிமாவையே காலி பண்ணிரும்னு சொல்லிட்டிருக்காங்க.”

“இப்படித்தான் டிவி, வீடியோ கேசட், சிடி, டிவிடி வந்த போது சொன்னாங்க. எனக்கென்னவோ வெகு சீக்கிரத்துல சாட்டிலைட் சேனல்களுக்குத்தான் ஆப்பு வரப் போவுதுன்னு தோணுது.”

“ஓடிடில கூடப் பாக்க முடியாத படமா எடுத்து வச்சிருக்கானுவ. நல்லவேளை என் முன்னூறு ரூபா தப்பிச்சது.”

“கேபிளுக்கு முன்னூறு ரூபா கட்டினதே கஷ்டம்ங்கிற நிலைமையில ஒவ்வொரு ஓடிடியும் மாசத்துக்கும், வருஷத்துக்குப் பணம் கட்ட சொல்லுறத பார்த்தா வருஷத்துக்குப் பத்தாயிரம் ரூபாயாவது நாம பாக்குறமோ, இல்லையோ செலவாகும் போல. இதெல்லாம் நமக்குச் சரிப்பட்டு வராதுப்பா.”

“விளம்பரமே இல்லாமல் சீரியல் பாக்க நல்லாருக்கு. அவன் போடுற நேரத்துக்கு பாக்குறத விட, நம்ம இஷ்டமான நேரத்துக்கு பார்க்குறது வசதியா இருக்கு.”

“வருஷத்துக்கு 3000 ஆயிரம் கோடி பிஸினெஸ்ஸா வளர்ந்திட்டிருக்கு இந்த ஓடிடி பிஸினெஸ். இன்னும் எங்கேயோ போவப் போவுது.”

“எத்தனை ஓடிடி டெக்னாலஜி வந்தாலும் சினிமாவை ஒண்ணும் பண்ண முடியாது. பெருமாள் படத்தை வீட்டுல மாட்டி வைக்கிறதால திருப்பதியில கூட்டம் குறைஞ்சிருச்சா என்ன?” என்கிறார் கமல்ஹாசன்.

இப்படிப் பொழுது போக்கைத் தொழிலாய் வைத்திருப்பவர்கள் முதல், கடைநிலை ரசிகன் வரை ஓடிடி பற்றிப் பேசாதவர்களே கிடையாது. செல்போன் பயன்படுத்தும் எத்தனை பேருக்கு ஜி.எஸ்.எம். வோல்ட்ஈ, பேண்ட்வித், 5ஜி, 4ஜி போன்ற டெக்னிக்கல் சமாசாரங்களைப் பற்றித் தெரியும்? வெற்றி பெறும் டெக்னாலஜிகளின் நதிமூலம், ரிஷிமூலத்தை யாரும் பார்ப்பதில்லை.

2010ம் ஆண்டு நான் ‘சினிமா வியாபாரம்’ எனும் நூலை எழுதினேன். அதில் இன்னும் பத்து வருட காலங்களில் நாம் டெலிவிஷனை, இண்டர்நெட் வழியாகத்தான் பார்க்கப் போகிறோம் என்று எழுதியிருந்தேன். “ஒரு ஜிபி 300 ரூ விக்குது. நம்ம ஊரில் இண்டர்நெட் ஸ்பீட் வந்து, அது ஸ்ட்ரீம் ஆகி… நடக்கிற கதையா சார்? இங்க 2ஜியே தத்தளிக்குது” என்றார்கள். ஆனால் இப்போது?

எல்லாம் சரி, ஓடிடி—யின் விரிவான பெயர் என்ன, அது என்ன டெக்னாலஜி, எப்படி அது இத்தனை வேகமாக மக்களிடையே வளர்ந்தது எனக் கேள்விகள் பல எழுந்து கொண்டே இருக்கின்றன அல்லவா? அதற்கான பதில் ‘Over The Top Technology.’

# 2. Little Things

'Over The Top' டெக்னாலஜிக்கு முன்னால் நாம் தெரிந்து கொள்ள வேண்டிய இன்னொரு விஷயம் இருக்கிறது. அது ஓடிடியின் ஒரிஜினல் பெயர்.

ஓடிடியின் ஒரிஜினல் பெயர் 'IPTV - Internet Protocol Television' என்பதன் சுருக்கம்தான் ஐபிடிவி. முதலில் இப்படித்தான் இந்தத் தொழில்நுட்பம் ஆரம்பித்தது. இண்டர்நெட் மூலமாக டெலிவிஷனை ஒளிபரப்புவது. எப்படி கேபிள் டிவி, டிஷ் மூலம் தொலைக்காட்சி நிகழ்ச்சிகளை செட்டாப் பாக்ஸ் வழியாகப் பார்க்கிறோமோ, அது போல ஐ.பி.டிவிக்கு ஒரு செட்டாப் பாக்ஸை இண்டர்நெட் மூலம் இணைத்து தொலைக்காட்சியிலோ, கம்ப்யூட்டர் திரையிலோ பார்க்கும் முறை.

சாட்டிலைட் சேனல்கள் பெரும் வளர்ச்சி அடைந்து கொண்டிருந்த காலத்தில் அதற்கு அடுத்த டெக்னாலஜியான இணையம் மெல்ல மக்களிடம் பரவ ஆரம்பித்திருந்த நேரம். ஏர்டெல் நிறுவனம் இண்டர்நெட் மூலமாய் நீங்கள் தொலைக்காட்சி நிகழ்ச்சிகளைப் பார்க்கலாமென ஒரு சிறிய பேக்கேஜை அறிவித்திருந்தது. ஆனால், அந்த அறிவிப்பு வந்த காலத்தில் '2 mpbs' வேகத்திற்கும் கீழ் கிடைத்த ப்ராட்பேண்டுக்கு இரண்டாயிரம் ரூபாய்க்கு மேல் செலவழிக்க வேண்டியிருந்தது. முப்பது ஜிபி, நாற்பது ஜிபிக்கு மேல் பயன்படுத்தினால் வேகம் குறைந்துவிடும். இன்று போல் அன்லிமிட்டெட் காலமல்ல. அதிலும், வீட்டிற்கு வரும் ப்ராட்பேண்ட் இண்டர்நெட் அல்ல,

தொலைபேசி மூலம் கிடைக்கும் ப்ராட் பேண்ட்தான். அதுவும் எல்லா ஏரியாக்களிலும் கிடைக்காது. மொபைல் இண்டர்நெட் எல்லாம் சாதாரண 2ஜி வேகத்தில், ஒரு ஜிபிக்கு 250 ரூபாய் பணம் கட்டிய காலம். தேவைக்கு மட்டுமே இண்டர்நெட்டை ஆன் செய்து பார்த்த காலம். இன்றைக்குப் போல அன்லிமிடெட் காலமில்லை. இதனால் ஐ.பி.டிவி பெரிய அளவில் மக்களிடையே சென்று சேரவில்லை.

ஜியோ எனும் இண்டர்நெட் சுதந்திரம் கிடைக்க ஆரம்பித்த பிறகு வாட்ஸப்புக்கு டேட்டா பத்தாமல் இருந்தவனெல்லாம் இருபத்திநாலு மணி நேரமும் ஆன்லைனில் இருக்க ஆரம்பித்தான். போட்டி கம்பெனிகளும் வேறு வழியே இல்லாமல் டேட்டாக்களை சல்லீசாக அள்ளிக் கொடுக்க ஆரம்பித்தார்கள். இதற்குப் பின்னால் இருக்கும் வியாபார அரசியலைப் பற்றிப் பிறகு பேசுவோம். இப்போது இந்த ஓடிடி ப்ளாட்பார்ம் எத்தனை இளைஞர்களுக்கு, கலைஞர்களுக்கு, சினிமா வியாபாரத்துக்குத் தன் அகண்ட அலைவரிசைக் கைகளை விரித்துக் கதவுகளைத் திறந்துவிடப் போகிறது என்பதைப் பார்க்கலாம்.

ஓடிடி ப்ளாட்பார்ம் என்பது இணையம் மூலம் வீடியோக்களை மொபைலில் செயலிகள் மூலமாகவும், ஸ்மார்ட் டிவிக்கள், ஆண்ட்ராய்ட் டிவிக்கள் மூலமாகவும் ஒளிபரப்பும் தளம்.

> “இருக்கிற சேனல்களையே பார்க்கிறதுக்கு டைமில்லை, இதுல மொபைலில் பார்க்கிறதா?”
>
> “டீவியில வரும் 400 சொச்ச சேனல்களை விடவா நல்ல நிகழ்ச்சிகள் வந்துவிட முடியும்?”
>
> “அதெல்லாம் பணக்காரங்க வச்சிருக்கிற டிவி. தமிழ்நாட்டில் பெரும்பாலானவர்கள் வீட்டில் கலைஞர் கொடுத்த இலவச டிவிதான் அதில் இதெல்லாம் சாத்தியமேயில்லை.”

இப்படிப் பல கருத்துக்களைச் சொல்லிக் கொண்டேதான் இருந்தார்கள்.

ஆனால் உண்மையில் இப்படிச் சொல்லிக் கொண்டிருக்கும் போதே ஹாட்ஸ்டார் ஐ.பி.எல் கிரிக்கெட் மேட்ச்களை மொபைல் மற்றும் இணையத்தளங்களின் மூலம் ஒளிபரப்ப ஆரம்பித்தது. அதனால்தான் ‘ஹாட்ஸ்டார்’ இன்றைக்கு இந்தியாவின் நம்பர் 1 ஓடிடி தளமாய் இருக்கிறது. மொபைலில் படமா என்பது போய் மொபைலில் கிரிக்கெட்டா என்று கேட்க ஆரம்பித்தார்கள்.

இன்னொரு பக்கம் டிஜிட்டல் ரைட்ஸ் எனும் உரிமை. கிரிக்கெட் மற்றும் பல விளையாட்டுப் போட்டிகளுக்கு டிவி ரைட்ஸ் அளவிற்குத் தனியே விற்பனையாக ஆரம்பித்திருக்கிறது. அதை வாங்குவதற்குப் போட்டி வேறு. ஏனென்றால் முன்பெல்லாம் டிவி ஷோரூமின் வாசலில் கூட்டமாய் மக்கள் கிரிக்கெட் மேட்ச் பார்ப்பதைப் பார்த்திருப்பீர்கள். இன்றைக்கு அந்தக் கும்பலே இல்லை என்று சொல்லலாம். மொபைலில் சில நிமிடங்கள் பின்தங்கிய ஒளிபரப்பை இலவசமாய் ஹெச்.டி தரத்துடன் பார்க்க ஆரம்பித்துவிட்டார்கள்.

“மொபைலில் படம் பார்ப்பது எல்லாம் சரிப்பட்டு வராது. சின்ன ஸ்க்ரீனில் படம் பார்ப்பது என்ன விதமான அனுபவத்தைக் கொடுத்துவிடக்கூடும்? நல்ல டிவியிலேயே அது கிடைப்பதில்லை, அப்படியிருக்க மொபைலில் நோ வே!” என்பார்கள்.

இன்றைக்குத் தமிழில் பிரபலமாகிக் கொண்டிருக்கிற வெப் தொடர்களை பஸ், ரயில் எனப் பயணத்தில் பார்த்தவர்கள்தான் அதிகம். ‘ஸ்மைல் சேட்டை’ முதல் புதிது புதிதாய்ப் பிரபலமாகிக் கொண்டிருக்கும் யூ டியூப் பிரபலங்களின் மேடையே ரயில், பஸ் மற்றும் கம்ப்யூட்டர்கள்தான் என்று சொன்னால் இப்போது ஒத்துக் கொள்வீர்கள். ஏனென்றால் இவர்களை நீங்கள் அறிந்தது இணையம் மூலமாகத்தான்.

சில வருடங்களுக்கு முன் வெளியான ‘மீசையை முறுக்கு’ திரைப்படத்தில் பல யூ டியூப் பிரபலங்கள் நடித்திருந்தார்கள். இவர்கள் திரையில் வரும் காட்சிகளிலெல்லாம், ஒரு பெரிய ஸ்டார் படத்தில் தோன்றினால் வரும் ஆரவாரத்தை மக்கள் கொடுக்க, இணையத்தில் அவ்வளவாக நடமாடாதவர்கள், ‘யார் இவரு, எதுக்கு இப்படி எல்லாப் பசங்களும் கத்துறானுவ, ஒரு வேளை கலாய்க்கிறாங்களோ’ என்று புரியாமல் பார்த்தார்கள். ஆனால் அந்தப் படத்தின் வெற்றிக்கு முக்கியமான காரணம் இன்றைய இளம் தலைமுறையினருக்கு நெருக்கமான யூ டியூப் பிரபலங்கள் அதில் இருந்ததுதான்.

Netflix, Prime video, Hot star, Sun nxt, Voot, zee5, Yupptv, SonyLiv, Altbalaji, Hungama, Eros Now, Daily motion, youtube, jiotv, jio movies, Airteltv, Moviewood எனப் பெரிதும் சிறிதுமாய் வரிசைக் கட்டிக் கொண்டு நிற்கின்றன ஓடிடி தளங்கள். பெரிய பெரிய தொலைக்காட்சி நிறுவனங்கள் எல்லாம் தங்களது பேக்கேஜ் சேனல்களை ஆப் (app) மூலமாய்க் கொடுக்க ஆரம்பித்திருக்க, இந்த ரேஸில் நாமும் இருக்க வேண்டி யூனானி, ஆயுர்வேத,

டேபிள் டாப்களை மட்டுமே விற்கும் குட்டி சேனல்கள் எல்லாம் ஒன்று சேர்ந்து ஒரு செயலியைப் போன வாரம் லாஞ்ச் செய்திருக்கிறார்கள். இதைக் கவனித்தால், மொபைல் செயலிகளின் மூலமாய் நிகழ்ச்சிகளைப் பார்ப்பது வளர்ந்து கொண்டிருக்கிறது என்பதை நீங்கள் மறுக்க மாட்டீர்கள். வெறும் டிவி நிகழ்ச்சிகளைப் பார்க்கத்தான் இந்தச் செயலிகளும், ஓடிடி தளமுமா என்றால் இல்லை. அதன் வீச்சே வேறு.

# 3. Breaking Bad

உலகின் முதல் ஓடிடி தளம் என்றால் அது யூ டியூப்தான். 2000த்திற்கு முன் வீடியோவை இலவசமாய் ஸ்ட்ரீம் செய்ய வேண்டுமென்றால் அதற்குக் கூகுள் வீடியோ மட்டுமே இருந்தது. அதுவும் வீடியோவை மிகவும் குறைந்த ஜிபி அளவுக்குக் கூட அல்ல, எம்.பி அளவுக்குக் குறைத்துத்தான் அப்லோட் செய்ய முடியும். அப்லோட் செய்வது ஒன்றும் அத்தனை சுலபமான விஷயம் கிடையாது. டயல் அப் லைன் கிடைத்து, அது கனெக்ட் ஆகி, உங்களுடைய 200 எம்.பி வீடியோ பைல் 5 — 6 மணி நேரத்துக்குள் அப்லோட் ஆகிவிட்டால் நீங்கள் புண்ணியம் செய்தவர். பெரும்பாலும், ராத்திரி அப்லோட் போட்டு விட்டுத் தூங்கி எழுந்து பார்த்தால் முக்கால்வாசி முடிந்திருக்கும். அந்தச் சமயத்தில்தான் யூ டியூப் ஆரம்பிக்கப்பட்டது.

யூ டியூபிற்கு முன்னால் உலகெங்கும் வீடியோ ஸ்ட்ரீம் செய்ய ஏகப்பட்ட கம்பெனிகள் இருந்தன. ஆனால், அவர்கள் எல்லோரும் அப்லோட், சர்வர், பேண்ட்வித் போன்ற பல பிரச்சினைகளுக்கு நடுவே தொழில் நடத்திக் கொண்டிருந்தார்கள். அந்தக் காலத்தில், நான் இந்தியாவில் 'Short Film India' என்ற பெயரில் ஒரு இணையத்தளத்தை ஆரம்பித்து, அதில் உலக அளவில் அன்றைய காலத்தில் பேசப்பட்ட குறும்படங்கள் மற்றும் டாக்குமெண்டரிகளை ஸ்ட்ரீமிங் செய்ய ஆரம்பித்தேன். கமல்ஹாசன் போலப் பத்து வருஷம் முன்னாடியே ஆரம்பித்துவிட்டேன். ஆனால் தொடர்ந்து மீடியா சர்வருக்கு லட்சக்கணக்கில் பணம் கட்ட முடியாமல் மூடினேன். நான் மூடிய அடுத்த

சில மாதங்களில் யூ டியூப் ஆரம்பித்தது என்று சொன்னால் சிரிக்கக்கூடாது.

இலவசமாய் வீடியோக்களை வெளியிட ஆரம்பித்த யூ டியூப் வீடியோக்கள், குறைந்த அளவு டேட்டாவிலேயே ஒளிபரப்பு ஆக, மக்களிடையே மிகச் சுலபமாய் பிரபலமாக ஆரம்பித்தது. மெல்ல யூ டியூப் விளம்பரங்கள் மூலம் சம்பாதிக்க முடியும் என்று வர, உலகில் உள்ள அத்தனை பேரும் கண்டெண்ட் ப்ரொவைடர் ஆனார்கள். கூகுள் அதை விலைக்கு வாங்கியதும் அதன் வளர்ச்சி எங்கேயோ போய் உலகின் முதல் AVOD ஓடிடியாய் யூ டியூப் ஆனது வரலாறு.

அதென்ன 'AVOD'? AVOD, TVOD, SVOD என மூன்று முறையில் உலகின் ஓடிடிக்கள் செயல்பட்டுக் கொண்டிருக்கின்றன.

AVOD - Advertisement Based Video On Demand

வீடியோக்களுக்கு இடையே விளம்பரங்களை ஒளிபரப்பி, அதன் மூலம் வருமானம் ஈட்டுவது. பார்வையாளர்களுக்கு இலவசமாய் வீடியோக்களைத் தரும் முறை. உதாரணமாய் 'MXPlayer' ஆரம்பித்த போது முழுவதும் விளம்பரங்களை வைத்துத்தான் ஆரம்பிக்கப்பட்டது. பின்பு மெல்ல SVODக்கு தன்னை மாற்றிக் கொண்டிருக்கிறது. Hotstar, jio cinema, Sony liv போன்ற தளங்கள் கூட, விளம்பரத்துடன் பார்க்க வேண்டுமென்றால் ஒரு கட்டணமும், விளம்பரமே இல்லாமல் பார்க்க ஒரு கட்டணமும் வாங்க ஆரம்பித்திருக்கிறார்கள்.

TVOD – Transactional Based Video On Demand

பணப் பரிமாற்றத்தின் மூலமாய் வீடியோவை ஒளிபரப்பும் முறை. தற்போதைய பிரபலமான வாடிக்கையாளர் முறைக்கு முன் ஓடிடி தளங்களில் பிரபலமான ஒரு முறை. மீண்டும் அதைப் பிரபலமாக்க எல்லோரும் முயன்று கொண்டிருக்கும் முறை என்று கூட சொல்லலாம். அமேசான் பிரைம் தன்னுடைய வாடிக்கையாளர்களுக்கு சப்ஸ்கிரிப்ஷன் மூலம் கொடுக்கும் முன்பு, அப்படங்களை வாடகைக்கு எடுத்துப் பார்க்கும் முறையை ஊக்குவிக்க ஆரம்பித்திருக்கிறது. புக் மை ஷோ எனும் ஓடிடி தளம், வாடகைக்கு எடுத்துப் பார்க்கும் முறையில் மட்டுமே இயங்குகிறது.

SVOD – Subscription Based Video On Demand

வருடத்திற்கு இத்தனை ரூபாய், மாதத்திற்கு இத்தனை ரூபாய் என ஒரு தொகையை வாங்கிக் கொண்டு, தங்களது தளத்திற்குச்

சந்தாதாரர்களாக்கிக் கொண்டு, வீடியோக்களைக் காட்டும் முறை. உலகின் பெரும்பாலான ஓடிடி. நிறுவனங்கள் இந்த முறையில்தான் இயங்குகின்றன. உலகின் முதல் வெற்றிகரமான ஓடிடி நிறுவனம் எது என்று கேட்டால் அது நெட்ஃப்ளிக்ஸ்தான். நெட்ப்ளிக்ஸின் வெற்றி ஒன்றும் சாதாரணமானது அல்ல. நீண்ட பெரும் கதை.

1997ம் ஆண்டு ரீட் ஹாஸ்டிங் மற்றும் மார்க் ராண்டால்ஃப் (Reed Hastings, Marc Randolph) இருவரும் இணைந்து ஆரம்பித்த நிறுவனம்தான் இந்த நெட்ஃப்ளிக்ஸ் (Netflix). நெட்ஃப்ளிக்ஸ் ஆரம்பிக்கக் காரணமாய் இருந்தது ப்ளாக்பஸ்டர் எனும் வீடியோ ரெண்டல் நிறுவனம். பிரபல சூப்பர் ஹிட் படமான 'அப்பல்லோ 13' படத்தின் டிவிடியை வாங்கி ஆறு வாரம் கழித்துத் திரும்பிக் கொடுத்ததற்கு 10 டாலர் தாமதக் கட்டணம் வாங்கிய போது கிளம்பிய ஐடியாதான் நெட்ஃப்ளிக்ஸ் ஆரம்பிக்கக் காரணம் என்கிற கதை ஒன்று உண்டு. ஆனால் 'அது நாங்கள் எங்கள் நிறுவன மார்க்கெட்டிங்கிற்காக சொன்ன பொய்' என்கிறார் நெட்ஃப்ளிக்ஸ் நிறுவனர்களில் ஒருவரான மார்க்.

மாதச் சந்தாவிற்கு டிவிடிக்களை மெயில் மூலம் ஆர்டர் செய்தால், அதைத் தபால் மூலம் விநியோகிக்க ஆரம்பித்தார்கள். அது பிரபலமாக, வியாபாரம் பிய்த்துக் கொண்டு போனது. காரணம் நோ லேட் பீஸ். ஒரு டிவிடியை திரும்பக் கொடுத்த பிறகுதான் அடுத்த டிவிடியை ஆர்டர் செய்ய முடியும். ஒரே நேரத்தில் மூன்று டிவிடிக்கள் எடுக்க வேண்டுமென்றால் அதற்கான மாதக்கட்டணம் வேறு.

இப்படி சப்ஸ்கிரிப்ஷன் மூலமாய் வியாபாரத்தைப் பெருக்கியவர்கள். 2007ம் ஆண்டு ஸ்ட்ரீமிங்கை ஆரம்பித்தார்கள். 5.99$ மாத வாடகைக்கு டிவிடி வாடகைக்கு விடுவதோடு, கம்ப்யூட்டர் மூலமாய் ஸ்ட்ரீமிங்கும் கொடுக்க ஆரம்பித்தார்கள். 2010ல் அவர்களது பிஸினெஸ் ஸ்ட்ரீமிங்கோடு, வீடியோ டிவிடிக்களை வாடகைக்கு விடும் நிறுவனமாய் மாற்றினார்கள். 2011ல் தங்களது ஸ்ட்ரீமிங் சர்வீஸை நெட்ப்ளிக்ஸின் பெயரிலும், டிவிடி வாடகைக்கு விடும் நிறுவனத்தை க்விக்ஸ்டர் என்கிற பெயரில் நடத்த ஆரம்பிக்க, நெட்ப்ளிக்ஸின் சந்தாதாரர்கள் குறைந்தார்கள்.

அது பற்றிக் கவலைப்படாமல் ஸ்ட்ரீமிங்தான் எதிர்காலம் என முடிவு செய்து 2011ம் ஆண்டு இரண்டு புதிய தொடர்களை நெட்ப்ளிக்ஸுக்காக தயாரிக்க ஆரம்பித்தார்கள். 'Lilly Hammer' மற்றும் 'House of cards' என்கிற அரசியல் தொடரைத் தயாரித்து

வெளியிட, கெவின் ஸ்பேஸியின் நடிப்பில் அந்தத் தொடர் பெரு வெற்றியடைந்தது.

நெட்ஃப்ளிக்ஸ் இதுவரை 1900க்கும் மேற்பட்ட ஒரிஜினல் படைப்புகளைத் தயாரித்து தங்களது ஓடிடியில் வெளியிட்டிருக்கிறார்கள். மற்ற போட்டியாளர்கள் எல்லாம் வருடச் சந்தாவை வைத்து வாடிக்கையாளர்களைக் கட்டிப் போட நினைக்க, இன்றைக்கும் 150க்கும் மேற்பட்ட நாடுகளில் பரந்து விரிந்திருக்கும் மாதச் சந்தாவில்தான் தொழிலை நடத்திக் கொண்டிருக்கிறது நெட்ஃப்ளிக்ஸ்.

இந்தியாவில் அவர்கள் எதிர்பார்த்த வெற்றி கிடைக்காததனால் மாத வாடகையில் சில மாற்றங்கள் செய்து புதிய பேக்கேஜுகள் கொண்டு வர இருக்கிறோம் என்று சொல்லி விலைக் குறைப்பும் செய்திருக்கிறது. காரணம் போட்டியாளர்கள். கண்டெண்ட் மற்றும் விலையில் முந்தியிருப்பதனால். இத்தனைக்கும் இந்த வருடம் ரஷ்யாவின் உக்ரைன் போருக்கு எதிர்ப்புத் தெரிவித்து, அமெரிக்க அரசின் வேண்டுகோளினால் தங்களது ஸ்ட்ரீமிங்கை நிறுத்திக் கொண்டதினால் மட்டுமில்லாமல், உலக அளவில் தங்களது மாத வாடிக்கையாளர்கள் இரண்டு மில்லியன் குறைந்திருப்பதாய்ச் சொன்னது நெட்ஃப்ளிக்ஸ். இது இந்தத் தொழில் சார்ந்தவர்களுக்குப் இது பெரிய அதிர்ச்சியாய் இருந்தது.

SVOD எனும் சந்தா வாங்கிக் கொண்டு வீடியோவை காட்டும் முறையை இன்றளவிலும், பெரும்பாலான ஓடிடி நிறுவனங்கள் தொடர்ந்து கொண்டிருக்கக் காரணம் நெட்ப்ளிக்ஸும் அதற்குக் கிடைக்கும் வரவேற்பினாலும்தான். அப்படி என்றால் மற்ற முறைகளான TVOD மற்றும் AVODயின் நிலை? அவற்றைப் பற்றிப் பார்ப்போம்.

# 4. Transformers

TVOD - Transactional Based Video On Demand

திரையரங்கில் பணம் கொடுத்துப் படம் பார்ப்பது போல, ஓடிடி தளத்தில் ஒரு முறை பணம் கட்டி படம் பார்க்கும் முறை. இம்முறை வெளிநாடுகளில் ஓடிடியின் ஆரம்ப நாட்களில் பிரபலமானது. மிக முக்கியமாய் உலக சினிமாக்கள், சுயாதீனத் திரைப்படங்கள், டாக்குமெண்டரிகளுக்குப் பெரிய திறப்பாய் இருந்தது இந்த 'TVOD'. ஏனென்றால் இந்த டிவிஓடிதான் அவர்களின் முதலீட்டைத் திரும்ப எடுக்க வாய்ப்பிருக்கும் முறை.

உதாரணமாய் ஒரு திரைப்படம் பத்து லட்ச ரூபாயில் எடுக்கப்பட்டிருக்கிறது என்று வைத்துக் கொள்ளுங்கள். இண்டிபெண்டண்ட் (சுயாதீன) சினிமாவாக இருந்து, வெகுஜன ரசிகர்களுக்கான படமாக இல்லாத பட்சத்தில், அதாவது தேர்ந்தெடுத்த ரசிகர்களுக்கான படம் எனும் போது, திரையரங்குகளில் வெளியிட்டு பெரிய வசூலைப் பெற வாய்ப்பு மிகவும் குறைவு. ஒரு படத்தைத் திரையரங்கில் வெளியிட, விளம்பரம், பிரைம் டைம் காட்சிகள், அது மட்டுமில்லாமல் ரிலீஸ் செய்வதற்கான செலவு எனப் பெரிய செலவு இருக்கிறது. இத்தனை செலவுகளையும் செய்து படத்திற்கு மக்கள் வராமல் போனால் பெரிய நஷ்டம் ஏற்படும். பத்திரிகைகளால், விமர்சகர்களால் பாராட்டப்பட்ட படங்கள் திரையரங்குகளில் ஒரு காட்சி கூட ஓடாமல் போனதை நாம் பார்த்திருக்கிறோம். ஆனால், அதே படத்தைப் பின்னர் திருட்டு வீடியோவிலோ தொலைக்காட்சியிலோ பார்த்து விட்டு, 'நல்லாத்தானே

இருக்கு! இந்தப் படம் ஏன் ஓடலை?' என்று சோசியல் மீடியாவில் கேள்வி எழுப்பியதையும் பார்த்திருக்கிறோம்.

பின்பு எப்படித்தான் போட்ட பணத்தை எடுப்பது? சினிமா என்பதே பணம் போட்டுப் பணம் எடுக்கும் தொழில். அதில் போட்ட பணம் வரவில்லையென்றால் மீண்டும் முதலீடு செய்ய யாரும் வரமாட்டார்கள். வெறும் விமர்சனங்கள் எந்த விதத்திலும் இண்டிபெண்டண்ட் படங்கள், டாக்குமெண்டரிகளுக்குப் பயன் தராது. அது மக்களிடம் சென்று சேரும் வரை அதற்கான நியாயம் கிடைக்கவில்லை என்றே சொல்லவேண்டும். அதற்கான வாய்ப்பாய் வந்ததுதான் இணையமும் டி.வி.ஓ.டியும்.

விமர்சகர்களிடம் நல்ல வரவேற்பு இருக்கும் பட்சத்தில் இம்மாதிரியான படங்கள் டி.வி.ஓ.டி வகையில் வெளியானது ரசிகர்களுக்கு ஏற்றதாய் இருந்தது. அதில் படம் பார்க்க ஆரம்பித்தார்கள். டி.வி.ஓ.டி முறையில் படம் பார்க்க, உதாரணமாய் நூறு ரூபாய் வாங்கிக் கொண்டு ஒரு நாள் வரையோ அல்லது ஒரு முறையோ பார்க்க அனுமதிக்கப்படுவார்கள். அந்த நூறு ரூபாயில் 80% வரையிலான பணம் படத்தைத் தயாரித்த நிறுவனங்களுக்குப் போய்ச் சேருகிறது. அப்படி வரும் பணம் அவர்களுடைய முதலீட்டைத் திரும்பக் கொடுக்கக்கூடிய வாய்ப்பைத் தருகிறது எனும் போது டாக்குமெண்டரி, இண்டிபெண்டட் தயாரிப்பாளர்கள் பெரிய அளவில் வரவேற்றார்கள்.

TVOD பிறகு PVOD என ஒன்றை ஆரம்பித்திருக்கிறார்கள். அதாவது ப்ரீமியம் வீடியோ ஆன் டிமாண்ட். கொரோனா காலத்தில் மக்கள் தியேட்டர்களுக்கு வருவார்களா என்கிற சந்தேகம் ஒரு புறம். இன்னொரு புறம் பல மாகாணங்களில் தியேட்டர்கள் திறக்கப்படவே இல்லை. இந்த நிலையில்தான் இந்த முறையைக் கொண்டு வந்தார்கள். அதாவது ஒரு திரைப்படம் வெளியாகும் போதோ, இல்லை மற்ற தளங்களில் வரும் காலத்திற்கு முன்போ படங்களை ப்ரீமியம் விலையில் பணம் கொடுத்துப் பார்க்கும் முறை.

உதாரணமாய் 'முலன்' எனும் ஹாலிவுட் திரைப்படத்தை எடுத்துக்கொள்வோம். கொரோனோ காலத்தில் பெரும்பாலான இடங்களில் தியேட்டர்கள் செயல்படாமல் இருந்தன. சில இடங்களில் மட்டுமே தியேட்டர்கள் இயங்கின. அப்போதுதான் டிஸ்னி ப்ள்ஸ், படம் வெளியான அன்றே தங்களது ஓடிடி

தளத்தில் வெளியிட்டார்கள். இத்தனைக்கும் டிஸ்னி+ ஒரு எஸ்.வி.ஓ.டி ப்ளாட்பார்ம்.

மிகவும் எதிர்பார்ப்புடன் வெளியான முலன் படத்தைப் பார்க்க வேண்டுமானால் டிஸ்னி ப்ள்ஸ் ஓடிடி சப்ஸ்கிரிப்ஷனை வாங்கி, மேலும் 29.99$ கட்டிப் பார்க்க வேண்டும். இதன் மூலமாய் சுமார் ஒரு வாரத்தில் 35.5$ மில்லியன் டாலர் வருவாயைப் பெற்றனர் டிஸ்னி. டிஸ்னிதான் அந்தப் படத்தின் தயாரிப்பாளர் என்பதால், அவர்களது ஓடிடி தளத்திலேயே வெளியானதால், நிச்சயம் இந்த வருமானம் லாபம்தான். ஏனென்றால் தியேட்டர்களுக்குக் கொடுக்க வேண்டிய ஷேர் தேவையில்லை. நேரடி லாபம். ஆனால் முலன் படத்திற்குப் போதிய வரவேற்பு இல்லாமல் தோல்வி அடைந்தது.

இப்படம் வெளியான போதே அமெரிக்கத் தயாரிப்பாளர்கள் சங்கம் தியேட்டர் வெளியீட்டுக்கும் ஓடிடி வெளியீட்டுக்கும் இடையே 17 நாட்களாவது இடைவெளி இருக்க வேண்டும் என்று முடிவு செய்திருந்தார்கள். அதனை மீறித்தான் டிஸ்னி நேரிடையாய் வெளியிட்டது.

இதே முறையை இங்கும் முயற்சி செய்தார்கள். குறிப்பாய் ஜீ5 ஓடிடியில் சல்மான்கானின் 'ராதே' எனும் திரைப்படத்தை ப்ரீமியம் வீடியோ ஆன் டிமாண்டில் வெளியிட்டார்கள். கொரோனா காரணமாய் மக்கள் தியேட்டர்கள் பக்கம் வராமல் இருக்க, 2021 மே மாதம் 13ம் தேதி படத்தை ஜீ5 அவர்களுடைய ஓடிடி தளத்தில் சப்ஸ்கிரிப்ஷன் செய்து கூடவே ஜீப்ளக்ஸ் எனும் புதிய லிங்கில் ராதே படத்தை 249 ரூபாய் கொடுத்து, ஒரு நாளில் ஒரு முறை மட்டுமே பார்த்துக் கொள்ளலாம் என அறிவித்தது. 250 கோடி ரூபாய் கொடுத்து ராதே படத்தின் மொத்த ரைட்ஸையும் ஜீ வாங்கியிருந்தது. ஆடியோ உரிமை, வெளிநாட்டு உரிமை, சாட்டிலைட் உரிமை எனப் பிரித்துப் பார்த்தாலும், படம் வெளியான அன்று ஜீ5 ஆப் க்ராஷ் ஆகும் அளவுக்கு முதல் நாள் மக்கள் படையெடுப்பு இருந்த போதும், மிகப் பெரிய தோல்வியைச் சந்தித்தது. சுமார் 34 கோடி பார்வைகளை ஒரு வாரத்தில் பெற்றது என்கிறார்கள் இண்டஸ்ட்ரி ஆட்கள். இதில் பெரும்பான்மையான பார்வையாளர்கள் டிஷ் டிவி செட்டாப் பாக்ஸ ுகள் மூலம் பார்த்ததாகவும், மற்றவர்கள் ஜீ5 ஆப்பை சப்ஸ்கிரைப் செய்து பார்த்திருக்கிறார்கள் என்றும் கூறுகிறார்கள்.

34 கோடி பார்வை என்றதும் அதை ரூ.249 ரூபாயுடன் பெருக்கி கணக்குப் போடக்கூடாது. காரணம் ஜீ அறிவித்திருந்தது

காம்போ ஆபர். ரூ.499 ரூபாய்க்கு ராதே படத்தோடு ஒரு சலுகை அறிவித்திருக்க, காம்போ ஆஃபர் வாங்கியவர்களுக்கு ராதே டிக்கெட் விலை கிடையாது. அப்படியிருக்கும் பட்சத்தில் சப்ஸ்கிரைபர்கள் மூலமாய் கிடைத்த 34 கோடி பார்வையாளர்கள் ஒவ்வொருவரும் 249 ரூபாய் கொடுக்கவில்லை எனச் சொல்கிறார்கள். மொத்தமாய் ராதே படம் மூலமாய் ஜீ5க்கு சுமார் 95 கோடி வரை நஷ்டம் வரும் என்று ஜீ5 அறிவித்தது.

ஆனால் ஜீ5 படத்தை நேரிடையாய் வெளியிடும் முறையில் ஒரு புரட்சியை இந்திய ஓடிடி சந்தையில் கொண்டு வந்தது என்பதை மறுக்க முடியாது. அதைத் தமிழில் கூட ஜீ செய்தது. விஜய் சேதுபதி, ஐஸ்வர்யா ராஜேஷ் நடிப்பில் வெளியான 'க.பெ.ரணசிங்கம்' படத்தை நேரிடையாய் ஜீப்ளெக்ஸில் வெளியிட்டது. விமர்சன ரீதியாய் படம் பாராட்டுப் பெற்றது என்றாலும் இன்று வரையில் அது லாபமா இல்லையா என்பதை அதன் தயாரிப்பாளரோ, ஜீ5யோ சொல்லவேயில்லை. தயாரிப்பாளர்களிடம் கேட்டால் 'நான்—டிஸ்க்ளோஷர் அக்ரிமெண்ட்' (வெளிப்படுத்தாத ஒப்பந்தம்) இருக்கிறது, அதனால் சொல்ல முடியாது என்கிறார்கள். ஆனால் நிச்சயம் லாபமில்லை என்பதைத்தான் அப்படிச் சொல்லியிருக்கிறார்கள் என்பதை, அதன் பிறகு வெளியான சில படங்களுக்குப் பிறகு, ஜீ ப்ரீமீயம் வெளியீட்டை நிறுத்தி விட்டதிலிருந்தே புரிந்து கொள்ள முடியும். ஒரு கார்ப்பரேட் நிறுவனம் லாபம் அடையாவிட்டாலும் பரவாயில்லை. கையைக் கடிக்காமல் இருந்தால் கூட அதை விடமாட்டார்கள்.

இவர்கள் விட்டதை மீண்டும் அமேசான் தன் கையில் எடுத்திருக்கிறது. பேட்மேன் படத்தையும், கே.ஜி.எப்—2 படத்தையும் எந்த ஒரு டிஜிட்டல் ப்ளாட்பார்மில் வெளியாகும் முன்பே, ப்ரீமியம் முறையில் பேட்மேனை நானூறு ரூபாய்க்கும், கே.ஜி.எப் — 2வை 180 ரூபாய்க்கும் வெளியிட்டது. பொன்னியின் செல்வன் படத்தைக் கூட ஒரு வாரத்துக்கு முன் 199 ரூபாய்க்குப் பணம் கட்டி பார்க்கும் முறையில் வெளியிட்டது. பெரிய வரவேற்பு கிடைத்ததாய் இதுவரை தகவலில்லை. ஹெச்.டியில் பைரஸி வந்ததேயன்றி பணம் வந்ததாய்த் தெரியவில்லை. பல பேர் 'என் கிட்ட ஆயிரம் ரூபா வாங்கிட்டு இதுக்கு வேற தனியா பணம் தரணுமா' என்று சோஷியல் மீடியாவில் அமேசானை டேக் செய்து கோபப்பட்டார்கள். அமேசானும் அடுத்த வாரம் பிரைம் சந்தாதாரர்களுக்கு வந்துவிடும் என்று ஒரே பதிலைத் திரும்பத் திரும்பச் சொல்லிக் கொண்டிருந்தது.

இதற்கிடையே 'புக் மை ஷோ' (Book My Show) எனும் டிக்கெட் புக்கிங் நிறுவனம் டி.வி.ஓ.டிக்காகவே ஒரு ஓடிடி தளத்தைத் திறந்திருக்கிறது. இவர்களது தளத்தில் படத்தை வாடகைக்கோ அல்லது மொத்தமாய் ஒரு தொகை கொடுத்து விலைக்கோ வாங்கிக் கொள்ளலாம். அப்படி ஒரு வியாபாரத்தை ஆரம்பித்திருக்கிறார்கள்.

லாபம் என்று பார்த்தால் நிச்சயம் டி.வி.ஓ.டி தான் தயாரிப்பாளர்களுக்கும் ஓடிடி தளங்களுக்கும் அதிக லாபத்தைத் தரும். எப்படி என்றால் ஒரு ரசிகர் படத்தை நூறு ரூபாய் கொடுத்து வாங்கினால் அதில் குறைந்த பட்சம் 60 — 80 சதவிகிதம் வரை தயாரிப்பாளர்கள் பங்காகவும், மிகுதி ஓடிடி தளங்களின் பங்காகக் கிடைக்கிறது. டி.வி.ஓ.டியில் விலைக்கு வாங்கித்தான் படங்களைப் போட வேண்டுமென்று இல்லை. ஓடிடி தளங்களின் புகழ் மற்றும் பரவலைப் பொறுத்து தயாரிப்பாளர்கள் நேரிடையாய் கூட படங்களை ஸ்டீரீமிங் செய்யக் கொடுப்பார்கள். வளரும் நிலையில் உள்ள ஓடிடி தளமாய் இருந்தால் அவர்கள் தயாரிப்பாளர்களிடம் ஆறு மாதத்திற்கோ, ஒரு வருடத்திற்கோ கூட ஒரு சிறு முன் தொகை கொடுத்து படங்களைத் தங்களது தளத்தில் ஒளிபரப்பி அதன் மூலம் வரும் பணத்தில் முன் பணம் கழியும் வரை எடுத்துக் கொண்டு, மிகுதி தொகையைச் சதவிகித அடிப்படையில் பிரித்துக் கொள்வார்கள்.

அமேசான் பிரைமில் ஒரு வசதி உண்டு. உங்களிடம் ஒரு கண்டெண்ட் இருக்கிறது, அதை அவர்கள் தளத்தில் நீங்களே அப்லோட் செய்து டி.வி.ஓ.டியில் வெளியிட்டுக் கொள்ள முடியும். அப்படியெல்லாம் முடியாது என்று இங்கிருக்கும் நண்பர்கள் சொல்வார்கள். ஆம், இந்தியாவில் அந்த வசதி கிடையாது! வெளிநாடுகளில் மட்டுமே செய்ய முடியும். எந்த நாட்டில் உங்கள் படம் ஸ்ட்ரீமிங் ஆக வேண்டுமோ அந்த நாட்டில் உங்களது நிறுவனமோ அல்லது பேங்க் அக்கவுண்ட் மற்றும் வரிக் கணக்கோ இருக்க வேண்டும். அப்படி ஒரு அக்கவுண்ட் இருந்தால் யார் வேண்டுமானாலும் அவர்களது கண்டெண்டுகளை வெளியிட்டுக் கொள்ளலாம். இங்கே அது சரிப்பட்டு வராத காரணம். காப்பிரைட் பிரச்சினைகள்தான். ஆனால் அதே நேரத்தில் வாடிக்கையாளர்களைப் பொறுத்தவரை எஸ்.வி.ஓ.டிக்குதான் மக்களிடம் ஆதரவு இருக்கிறது என்பதை மறுக்க முடியாது.

# 5. The Affair

S.V.O.D Subscription Based Video On Demand

ஏன் வாடிக்கையாளர்கள் இந்த எஸ்.வி.ஓ.டியை விரும்புகிறார்கள் என்று கேட்டீர்களானால் 'சின்னக் கல்லு பெத்த லாபம்' கணக்கில்தான்.

மாதச் சந்தாவை வாங்கிக் கொண்டு வீடியோக்களை கொடுக்கும் முறை ஆரம்பித்தது 90களின் கடைசியில்தான். 'ஹாங்காங் டெலிகாம்' எனும் நிறுவனம் முதன்முதலாய்த் தங்களுடைய வீடியோ கண்டெண்ட்டுகளை இண்டர்நெட் மூலமாய் கொடுக்க ஆரம்பித்தது. பின்பு யூ.கேவில் உள்ள கிங்ஸ்டன் கம்யூனிகேஷன் எனும் நிறுவனம் முதன்முதலாய் கமர்ஷியல் எஸ்.வி.ஓ.டியை அவர்களுடைய செட்டாப் பாக்ஸ் மூலமாகக் கொடுக்க ஆரம்பித்து, சுமார் 15 ஆயிரம் வாடிக்கையாளர்களைப் பிடித்தது. என்னதான் இவர்கள் எல்லோரும் இந்த எஸ்.வி.ஓ.டியை முயற்சித்திருந்தாலும், அதில் வெற்றி பெற்ற நிறுவனம் என்றால் அது நெட்ஃப்ளிக்ஸ்தான்.

நெட்ஃப்ளிக்ஸின் வெற்றிக்கு முதல் காரணம் மாதச் சந்தாவை வைத்து அவர்கள் வீடியோ டெலிவரி செய்த அனுபவம். அதற்கான இணையத்தளத்தை 1998ல் ஆரம்பித்தார்கள். அதில் அவர்களுக்குக் கிடைத்த வெற்றியின் மூலம்,வீடியோ ஸ்ட்ரீமிங்கை வெற்றிகரமான மாதச் சந்தா திட்டமாகக் கொண்டு வந்து கிட்டத்தட்ட ஒரு மில்லியன் வாடிக்கையாளர்களை 2003ம் ஆண்டு வாக்கில் பெற்றார்கள். அந்த வாடிக்கையாளர்களின் ஆதரவினால்தான் வாடகையிலிருந்து வீடியோ மெல்ல ஸ்ட்ரீமிங்குக்கு மாற ஆரம்பித்தது.

2007ம் ஆண்டில்தான் நெட்ஃப்ளிக்ஸ் தன்னுடைய எஸ்.வி.ஓ.டி ஸ்ட்ரீமிங்கை ஆரம்பித்தது. தங்கள் வசமிருந்த வீடியோ ரைட்ஸுகளை கொண்டு, படங்களையும் சில தொலைக்காட்சித் தொடர்களையும் ஸ்ட்ரீமிங் செய்ய ஆரம்பித்தது. 2013ல் நெட்ஃப்ளிக்ஸ் தங்களுக்கான ஒரிஜினல் சீரீஸை ஆரம்பித்தது. அது கெவின் ஸ்பேஸி நடித்த 'ஹவுஸ் ஆப் கார்ட்ஸ்' (House of Cards) தொடர். அதன் வெற்றியினால் அது ஆறாவது சீசன் வரை போனது. பின்பு பல தொடர்கள், திரைப்படங்களை உலகின் பல மொழிகளில் தயாரித்து வெளியிட்டுக் கொண்டிருப்பது எல்லாம் வரலாறு.

ஆரம்பித்த போது 7.99$ஆக இருந்த அவர்களது சப்ஸ்கிரிப்ஷன் தற்போது அவர்களது ஸ்டாண்டர்ட் ப்ளானில் இரண்டு பேர் பார்க்கும் வகையில் 15.49$ ஆக உயர்ந்திருக்கிறது. நெட்ஃப்ளிக்ஸின் வெற்றி பல வியாபார ஜாம்பவான்களைத் திரும்பிப் பார்க்க வைத்தது. அன்று வரை ஆன்லைனில் பொருட்களை விற்றுக் கொண்டிருந்த அமேசான் ஸ்ட்ரீமிங் பிஸினஸ் பக்கம் பார்வையைத் திருப்பியது.

அமேசான் எப்போது ஆரம்பித்தது என்பதை விட்டு விடுவோம். அவர்கள் ஸ்ட்ரீமிங் பிஸினஸுக்குக் காலடி எடுத்து வைத்த நாள் செப்டம்பர் 7, 2006ம் வருடம். 'அமேசான் அன்பாக்ஸ்' என்கிற பெயரில் அமெரிக்காவில் மட்டுமே ஆரம்பித்தார்கள். மெல்ல அவர்களது லைப்ரரியை வளர்த்தெடுத்துக் கொண்டே அமேசான் அன்பாக்ஸை, 'அமேசான் இன்ஸ்டெண்ட் வீடியோ ஆன் டிமாண்ட்' என்று பெயர் மாற்றினார்கள். 'லவ் ஃபிலிம்ஸ்' எனும் யூ.கே டிவிடி ரெண்ட்டல் நிறுவனத்தை விலைக்கு வாங்கி, அவர்களின் லைப்ரரியையும் சேர்த்து, அமேசான் பிரைம் யூ.கேவில் 2011ம் ஆண்டு தொடங்கியது. 2016ல் மெயின்லேண்ட் சீனாவைத் தவிர உலகமெங்கும் தன் கிளையைப் பரப்பியது அமேசான் பிரைம் வீடியோ. இவர்களது சந்தா நாட்டுக்கு நாடு வேறுபட்டது. அமெரிக்காவில் மாதத்திற்கு 8.99$ விலை.

நெட்ஃப்ளிக்ஸ் போலவே அமேசானும் தன் முதல் ஒரிஜினல் ஷோவான ஃபர்ஸ்ட் குட்மேன் ஷோ 'ஆல்பா ஹவுஸ்' சீரீஸை ஆரம்பித்தது.

இந்தியாவின் முதல் ஓடிடி தளம் எதுவென்றால் அது ரிலையன்ஸ் எண்டர்டெயின்மெண்டின் 'பிக்ஃப்ளிக்ஸ்'தான். 2008ம் ஆண்டு முதல், மாதச் சந்தாவிற்குப் படங்களை இணையத்தளம் மூலம் ஸ்ட்ரீம் செய்தோ அல்லது டவுன்லோட் செய்தோ

பார்க்கும் வசதியை ஆரம்பித்தது. ஆனால் இன்றைக்கு அதன் நிலை சொல்லிக் கொள்ளும்படியாய் இல்லை. நெட்ஃபிளிக்ஸ் போன்ற நிறுவனங்களின் தாக்கத்தில், அவர்கள் அமெரிக்காவில் ஆரம்பித்த சில வருடங்களில் இந்தியாவில் ஆரம்பிக்கப்பட்ட நிறுவனம் இது. அந்த நேரத்தில் இந்தியாவில் இண்டர்நெட் என்பது சாமானியர்களுக்கு எட்டாக்கனி. நான் 2000ம் ஆண்டில் ஸ்ட்ரீமிங் கம்பெனி ஆரம்பித்துக் கையைச் சுட்டுக் கொண்டது போல பிக்ஃப்ளிக்ஸும் சுட்டுக் கொண்டது என்றே சொல்ல வேண்டும்.

ஆரம்பக் காலங்களில் அமேசான் மற்றும் பிக்ஃப்ளிக்ஸ் போன்றவற்றுக்கு இந்தியர்களைக் கவரும் கண்டெண்டுகள் கிடைக்கவே இல்லை. குறிப்பாய் இண்டர்நெட்டில் படம் வெளியானால் பைரஸி வந்துவிடும் என்கிற பயம் அதிகம் இருந்த காலம் அது. அப்படி என்றால் இப்போது பைரஸி இல்லை என்று சொல்கிறீர்களா என்று கேட்டீர்களானால், 'இருக்கு அது பழகிப் போச்சு' என்பார்கள். பெரும்பாலும் இண்டிபெண்டண்ட் படங்கள், விருது பெற்ற படங்கள் மற்றும் டாக்குமெண்டரிகள்தான் அதிகம் இருந்தன. இவற்றை எல்லாம் யார் பணம் கொடுத்துப் பார்ப்பார்கள் என்று கேட்டவர்கள் அதிகம். ஆனால் இன்றைக்கு நிலைமையே வேறு.

உலகளவில் Netflix, Mubi, Amazon prime, Hbo Max, Lionsgate போன்ற இண்டர்நேஷனல் நிறுவனங்களும் சரி, இந்திய ஓடிடி நிறுவனங்களான Disney Hotstar, Zee, Sonyliv, போன்றவர்களும் சரி, ஸ்டார்ட்—அப் நிறுவனங்களான 'Moviewood' போன்ற தளங்களும் சரி, சப்ஸ்கிரிப்ஷன் முறையில்தான் இயங்குகின்றன. பெரும்பாலான மக்களைச் சென்றடைய மாதச் சந்தாவை விட, 3 மாதம், 6 மாதம், ஒரு வருடத்திற்கு போன்ற சப்ஸ்கிரிப்ஷனைத்தான் விற்கிறார்கள்.

உலகில் இன்றைய நிலையில் ஓடிடி வியாபார முறையில் S.V.O.D முக்கியப் பங்கு வகிக்கிறது என்பதை மறுக்க முடியாது.

# 6. Squid Game

A.V.O.D - Advertising Based Video On Demand

விளம்பரங்கள் மூலமாக வருவாய் பெற்று பார்வையாளர்களுக்கு இலவசமாய் வீடியோவை கொடுக்கும் வியாபாரம். இதன் தொடக்கம் யாரென்று பார்த்தால் அது யூ டியூப்தான். ஏன் உலகின் முதல் ஓடிடி யூ டியூப் என்று சொன்னால் கூட மிகையில்லை.

தொலைக்காட்சி பெரிய அளவில் ஆதிக்கம் செலுத்திக் கொண்டிருந்த காலத்தில் யூ டியூப் மெல்ல தன் கரங்களை விரிக்க ஆரம்பித்து, அதை கூகுள் தன் வசமாக்கியவுடன் அது பெரிய அளவில் வெற்றி பெறக் காரணம் கூகுள் ஆட்ஸ் எனும் விளம்பரங்கள்தான். கூகுள் வீடியோக்களின் மேல் விளம்பரம் வெளியிடக் குறைந்த விலையை நிர்ணயித்தார்கள். மேற்கத்திய நாடுகளின் இண்டர்நெட் ரீச் பெரிய அளவில் மக்களிடம் சென்று சேர்ந்து கொண்டிருந்த நேரம் அது. குறிப்பாய் 2000த்திற்குப் பிறகு இணையத்தளங்கள் பெரும் வளர்ச்சியடைந்து கொண்டிருந்த காலம். மெல்ல விளம்பரங்கள் வர ஆரம்பித்தன. இணையத்தளங்கள் மூலமாய் அமேசான் வெற்றி பெற ஆரம்பித்திருக்க, மெல்லப் புற்றீசலாய் இணையத்தளங்கள் மூலமாய் வியாபாரம் செய்ய ஆரம்பித்தார்கள். இணையம் சார்ந்த விளம்பரங்களே ஆரம்பக் காலங்களில் வெளிவந்து கொண்டிருந்தன.

T.V.O.D, S.V.O.D மூலம் வருமானத்தை ஈட்டிக் கொண்டிருந்த ஓடிடி தளங்கள் பெரிய அளவில் பார்வையாளர்களைக் கவர யோசனை செய்ய ஆரம்பித்தன. ஏற்கெனவே தொலைக்காட்சிகள்

செய்த விஷயம்தான் என்றாலும், ஓடிடி தளங்களின் ரசிகர்கள் எந்தவிதமான இடையூறும் இல்லாமல் நிகழ்ச்சிகளைப் பார்க்க விரும்புகிற எலைட் பீப்பிள். ஆனால் அவர்களின் மூலமாய் வரும் வருமானம் நிச்சயம் போதவில்லை. பல ஓடிடிக்களின் நிகழ்ச்சிகள் பெரிய அளவில் அவர்களைச் சந்தா கட்டும் அளவிற்குக் கவரவில்லை. எனவே தங்களது நிகழ்ச்சிகளை மக்களிடம் சென்றடைய வைத்துக் காசாக்குவதற்குக் கிடைத்த ஒரே வழி ஏ.வி.ஓ.டி.

நிகழ்ச்சிகளின் ஆரம்பத்தின் போதும், நடுவிலும் விளம்பரங்களை வெளியிடுவதின் மூலம் தங்களது நிகழ்ச்சிகளை இலவசமாய் மக்களைப் பார்க்க வைத்து அதன் மூலம் வருமானம் பெற ஆரம்பித்தார்கள். இலவசம் எனும் போது நிச்சயம் மக்களின் கவனம் அவர்கள் பக்கம் திரும்பாமல் இருக்காது. நிகழ்ச்சிகள் தரமாக இருக்கும் போது விளம்பரங்கள் அதிகரித்தன. பார்வையாளர்களும் அதிகரித்தார்கள்.

விளம்பர வருவாய் நல்லதுதான்,இல்லையென்று சொல்லவில்லை. ஆனால் அதே நேரத்தில் ஓடிடி தளங்களின் மிகப் பெரிய வெற்றியே, தொலைக்காட்சியின் விளம்பரத் தொல்லையிலிருந்து தப்பிக்க நினைத்த பார்வையாளர்களால்தான். அவர்கள்தான் இங்கே முதலில் உள்ளே வந்தார்கள். அவர்களுக்கு இது பிடிக்காமல் போக, பெரிய ஓடிடி தளங்கள் விளம்பரங்களுடன் பார்க்க ஒரு தொகையும், விளம்பரம் இல்லாமல் பார்க்க ஒரு தொகையும் என இரு விதங்களில் வாங்க ஆரம்பித்திருக்கிறார்கள்.

இந்திய அளவில் 'MX Player'தான் மிகப் பெரிய அளவில் இயங்கும் ஏ.வி.ஓ.டி ப்ளாட்பார்ம். ஆனால் அவர்கள் மெல்ல எஸ்.வி.ஓ.டிக்கு அவர்களது பார்வையாளர்களை மாறச் சொல்லிக் கொண்டிருக்கிறார்கள். மாதம் இருநூறு ரூபாய் கொடுத்து விளம்பரம் இல்லாமல் படம் பாருங்கள் என்று விளம்பரப்படுத்த ஆரம்பித்துவிட்டார்கள். ஆனால் இக்கரைக்கு அக்கரைப் பச்சை போல, இன்னொரு பக்கம் அமேசான் எஸ்.வி.ஓ.டியிலிருந்து டி.வி.ஓ.டி, ஏ.வி.ஓ.டிக்கு மாறத் தயாராக ஆரம்பித்திருக்கிறது. ஏன் நெட்ஃப்ளிக்ஸ் கூட விளம்பர வருவாயை வைத்து ஏதாவது செய்யலாம் என்று யோசனையில் இருப்பதாகத் தகவல்.

பல கொரிய, ஜப்பானிய ஓடிடிக்கள் இந்திய விளம்பர வருவாய் மூலமாய் தங்களது தளங்களை இங்கே இயக்கிக் கொண்டிருக்கின்றன. உலகம் முழுவதும் 150க்கும் மேற்பட்ட மொழிகளில் சப்—டைட்டில்களோடு அந்தந்த நாட்டு

விளம்பரங்களைக் கொண்டு வியாபாரம் செய்கிறார்கள். சில ஓடிடி தளங்கள் சப்டைட்டில் வேண்டுமென்றால் சப்ஸ்கிரிப்ஷன் கட்டு என்று ஆட்களைச் சேர்க்கிறார்கள்.

எது எப்படியோ, மக்களுக்கு இலவசமாய் நல்ல நிகழ்ச்சிகள் கிடைத்தால் உலகம் முழுவதும் விளம்பரத்தோடு பார்க்கத் தயாராகத்தான் இருக்கிறார்கள். அந்த அளவிற்குத் தொலைக்காட்சி சேனல்கள் அவர்களைத் தயார் செய்து விட்டிருக்கின்றன. இந்த ஓடிடி தளங்கள் எப்படித் தங்களது தளத்தைச் சந்தைப்படுத்துகின்றன, எப்படித் தாங்கள் செய்யும் முதலீட்டை லாபகரமாய் எடுக்கிறார்கள் என்பதைப் பார்ப்போம்.

# 7. Money Hiest

நெட்ஃப்ளிக்ஸ், அமேசான், சோனி என ஓடிடி தளங்கள் அத்தனையும் கோடிக் கணக்கில் பணத்தைக் கொட்டி படங்களையும் தொடர்களையும் தயாரிக்கின்றன. அல்லது விலை கொடுத்து வாங்குகின்றன. அப்படிக் கோடிகளைக் கொட்டி வாங்கும் படங்கள் விமர்சன ரீதியாய் கழுவி ஊற்றப்பட்டிருக்கின்றன. அதே நேரத்தில் 'ஜெய் பீம்', 'சார்பட்டா' போன்ற படங்கள் கொண்டாடப்பட்டிருக்கின்றன. எப்படி இவர்களது முதலீட்டை எடுக்கிறார்கள், அதுவும் இவர்கள் வாங்கும் வருட, மாதச் சந்தா மூலமாய் எப்படி முதலீட்டை எடுத்தார்கள் என்கிற கேள்வி யாருக்கு இருக்கிறதோ இல்லையோ, வெற்றி தோல்வியை இத்தனை லட்சம் பேர் பார்த்தார்கள், இத்தனை கோடி இந்தப் படத்தின் மூலமாய் வருமானம் வந்திருக்கிறது என்று டேட்டாபேஸை வைத்துச் சம்பாதிக்கிறவர்களுக்கு இருந்து கொண்டே இருக்கிறது. காரணம் அந்த டேட்டா பேஸை வைத்துத்தான் அவர்களது வியாபாரம்.

நெட்ஃப்ளிக்ஸின் முதல் தயாரிப்பு கெவின் ஸ்பேஸியை வைத்து எடுக்கப்பட்ட 'ஹவுஸ் ஆப் கார்ட்ஸ்' தொடர்தான். அதுவும் 2013ல். ஒவ்வொரு எபிசோடுக்கும் சுமார் நான்கு மில்லியன் டாலர் செலவு செய்திருக்கிறார்கள். அந்தத் தொடரில் இப்போது மொத்தம் ஆறு சீசன் வந்திருக்கிறது. கடைசி சீசன் மட்டும் மீ டூ பிரச்சினையில் கெவின் ஸ்பேசி மாட்டிக் கொண்டதால் அவரில்லாமல் கதையை முடிக்க வேண்டிய கட்டாயம். அதனால் பெரிதாய் எடுபடவில்லை. வெற்றி தோல்வியை விடுங்கள், ஏழு வருடங்களில் ஆறு சீசன் தயாரித்திருக்கிறார்கள்.

இன்றும் பல நாடுகளில் அவர்களின் வெற்றிகரமான தொடர்களில் ஒன்றாய் ஹவுஸ் ஆப் கார்ட்ஸ் பார்க்கப்பட்டு வருகிறது.

வெப் தொடர்களுக்கோ, அவர்கள் தயாரிக்கும் படங்களுக்கோ என்றைக்கும் செல்ஃப் லைப் குறைவதேயில்லை. காரணம் எங்கோ ஒரு நாட்டில் ஏதோ ஒரு ரசிகனுக்குப் பிடித்த சீரீஸாகவோ படமாகவோ இருக்கும் பட்சத்தில் அந்த நிகழ்ச்சிகளுக்குப் பார்வையாளர்கள் இருந்து கொண்டேதான் இருக்கிறார்கள். அவர்களில் பலர் முதல்முறை நெட்ஃப்ளிக்ஸுக்கு சந்தா கட்டியிருப்பவர்களாய் இருக்க அத்தனை சாத்தியங்களும் உண்டு.

ஆனால் அதே நேரத்தில் இந்தியாவில் பெரும்பான்மை மக்களைக் கவரக்கூடிய படங்கள் அவர்கள் வசம் இல்லாமல் இருப்பதாலும், நடுத்தர வர்க்க மக்களின் பாக்கெட்டுக்களுக்கு ஏற்றார் போல அவர்களின் சந்தா இல்லாததாலும், பெரிய அளவில் மற்ற எஸ்.வி.ஓ.டி ப்ளாட்பார்ம்களோடு போட்டி போட முடியவில்லை என்றே சொல்ல வேண்டும். ஆனாலும் இந்திய அளவில் பல பெரிய இயக்குநர்கள். டெக்னீஷியன்களோடு பல புதிய கண்டெண்ட்டுகளைத் தயாரித்துக் கொண்டேதானிருக்கிறார்கள்..

அமேசான், சோனி, ஜீ5, ஹாட்ஸ்டார் போன்ற நிறுவனங்கள் தங்களது நிகழ்ச்சிகளுக்காகக் கோடிக்கணக்கில் செலவு செய்கின்றன. அத்தனை கோடிகளையும் எப்படி எடுக்க முடியும்? ஓடிடி லாபமாய் நடக்கிறதா என்கிற சந்தேகம் பலருக்கும் இருந்து கொண்டே இருக்கிறது.

ஓடிடி தளங்கள் லாபத்தில் இயங்குவது என்பது ஒரு படத்தின் வெற்றி மூலமாய் கிடைப்பதில்லை. கிட்டத்தட்ட தொலைக்காட்சி சேனல் நடத்துவது எப்படியோ அப்படித்தான் இந்த ஓடிடி. நிறுவனங்கள் நடத்தும் நிலையும். உதாரணமாய் இப்போது ஹாட்ஸ்டார் வருடத்திற்குத் தமிழ், தெலுங்கு, மலையாளம், கன்னடம் எனப் பல மொழிகளில் படங்களை வாங்குகிறது. வெப் தொடர்களைத் தயாரிக்கிறது. அத்தனை முதலீடுகளையும் அவர்களால் எடுத்து விட முடியுமா என்று கேட்டால் நிச்சயம் முடியாது என்றுதான் சொல்வேன்.

சுமார் 3,000 கோடியில் அமேசானின் தயாரிப்பில் வெளியான 'ரிங் ஆஃப் த லார்ட்' தொடருக்கு மக்களிடையேயும் விமர்சகர்களிடையேயும் கலந்து கட்டிய விமர்சனமும் ஆதரவும் வந்திருக்கின்றன. காரணம் முதல் இரண்டு எபிசோடுகளில்

கதாபாத்திரங்களை பாலோ செய்ய முடியாதது என்கிறார்கள். இப்போது மொத்த சீசனும் வெளியாகி முடிந்த நிலையில் மெல்ல மக்கள் சீரீஸை பாலோ செய்ய முடிந்து அதில் அவர்கள் செய்திருக்கும் பிரம்மாண்டமான செலவுகளையும் சிஜி காட்சிகளையும் கொண்டாடி வருகிறார்கள். ஆனா, போட்ட முதலான 3,000 கோடியை வசூல் செய்ய முடியுமா?

ஹெச்.பி.ஓ என்கிற அமெரிக்கத் தொலைக்காட்சி நிறுவனம் 'கேம் ஆப் த்ரோன்ஸ்' (Game of Thrones) எனும் சரித்திரப் புனைவுத் தொடரை ஏழு சீசன்களாய் வெளியிட்டது. 2011ம் ஆண்டு சீரீஸ் ஆரம்பித்த போது ஓடிடியைவிட தொலைக்காட்சியின் ஆதிக்கம் அதிகமாய் இருந்த காலம். மெல்ல அந்த சீரீஸ் மக்களிடையே பெரும் வரவேற்பு பெற, தொலைக்காட்சி நிகழ்ச்சிகளையும் பைரஸி மூலம் பார்க்க ஆரம்பித்தார்கள் ரசிகர்கள். கேம் ஆப் த்ரோனின் வெற்றி மெல்ல உலகின் எல்லா நாடுகளிலும் பரவ ஆரம்பிக்க, அந்தந்த நாட்டுப் பிரபலத் தொலைக்காட்சி நிறுவனங்கள் உரிமை வாங்கி வெளியிட ஆரம்பித்தன. நான்காவது சீசன் வரும் போது ஓடிடியின் தாக்கம் அதிகமாகிக் கொண்டிருந்த காலம். அந்த நேரத்தில் நான்காவது எபிசோடின் கடைசி ரெண்டு எபிசோடுகளை IMax திரையரங்கில் வெளியிட்டார்கள். 1.8 மில்லியன் வசூல் செய்தது. திரையரங்கில் வெளியான முதல் சீரிஸ் என்கிற பெருமையும் வசூலும் கிடைத்தது. டிவிடியாகவும் வெளியானது இந்தத் தொடர்.

இந்தியாவில் ஸ்டார் வேர்ல்டில் தணிக்கை செய்யப்பட்ட பதிப்பும், ஹாட்ஸ்டாரில் தணிக்கை செய்யப்படாத பதிப்பும் வெளியானது. இது போன்ற மாபெரும் வெற்றி கொடுத்த தைரியத்தில்தான் இந்தத் தொடரின் ப்ரீக்யூவலான (Prequel) 'ஹவுஸ் ஆஃப் ட்ராகன்' (House of Dragon) எனும் தொடரை வெளியிட்டிருக்கிறார்கள்.

இன்றைய ஓடிடி டெக்னாலஜியால், அமெரிக்க டிவி சேனலில் வெளியாகும் ஒரு படைப்பை அடுத்த சில மணி நேரங்களில் உலகமெங்கும் உள்ள பார்வையாளர்களுக்குத் தங்களுடைய டிஸ்னி ப்ளஸ் ஓடிடி மூலமாகவும் இந்தியாவில் டிஸ்னி ஹாட்ஸ்டார் மூலமாகவும் வெளியிடுகிறது. ஏற்கெனவே கேம் ஆப் த்ரோனுக்கு கிடைத்த வரவேற்பை விட அதிக பார்வையாளர்களையும், விமர்சனங்களையும் சந்தித்து வருகிறது. அது மட்டுமில்ல, கேம் ஆப் த்ரோன் சீரீஸை முதலிலிருந்து பார்க்க இந்த ஓடிடி ப்ளாட்ப்பார்மை சப்ஸ்கிரைப் செய்தவர்கள் அதிகம்.

*2019*ல் புதுப்பிக்கப்பட்ட ‘சோனி லைவ்’ (Sony Liv) வெகு குறுகிய காலத்தில் இந்திய அளவில் நான்காவது இடத்தைப் பிடித்ததற்கு முக்கிய காரணம் அவர்களுடைய நிகழ்ச்சிகள்தான். *‘1993* ஸ்கேம்’ என்கிற ஹர்ஷத் மேத்தாவின் வாழ்க்கையை அடிப்படையாய் வைத்து எடுக்கப்பட்ட இவர்களின் தொடருக்குக் கிடைத்த வெற்றி சாதாரணமானது அல்ல. இந்தியாவின் முக்கியப் பிராந்திய மொழிகளில் மொழி மாற்றம் செய்யப்பட்டு அதிகமான மக்களைச் சென்றடைந்து அதன் புதிய வாடிக்கையாளர்களைச் சேர்த்துக் கொண்டது ஸோனிலிவ். தனது இடத்தைத் தக்க வைத்துக் கொள்ள, தொடர்ந்து இந்தி சீரீஸ்கள் மற்றும் பிராந்திய மொழித் திரைப்படங்களைத் தங்கள் வசமாக்கிக் கொள்ள ஆரம்பித்து, இன்று சோனி ஒரு தவிர்க்க முடியாத ஓடிடி தளமாக உருவாகியிருக்கிறது.

அப்படியானால் முதல் இடம் பெற்றிருக்கும் நிறுவனங்கள் மட்டுமே லாபத்தில் இயங்குகிறதா, யார் முதலிடத்தில் இருக்கிறார்கள் என்பதைப் பார்ப்போம்.

# 8. Lord of the rings

இந்தியாவின் நம்பர் ஒன் ஓடிடி என்றால் அது இன்றைய தேதிக்கு டிஸ்னி ஹாட்ஸ்டார்தான். இதை எழுதும் நேரத்தில் ஹாட்ஸ்டார் தனது வாடிக்கையாளர் எண்ணிக்கையை 8.3 மில்லியன் உயர்த்தி, மொத்தமாய் 58.4 மில்லியன் வாடிக்கையாளர்களைக் கொண்டிருக்கும் நிறுவனமாய் இருக்கிறது. ஹாட்ஸ்டாரின் வாடிக்கையாளர்கள் உயர்வுக்கு முக்கியக் காரணம் ஐபிஎல் கிரிக்கெட் ரசிகர்களின் ஏகோபித்த ஆதரவுதான். தற்போது ஐ.பி.எல் 'Viacom18' நிறுவனத்திற்கு மாறி விட்டது. இனி எப்படி ஹாட்ஸ்டார் தன்னுடைய வாடிக்கையாளர்களைத் தக்க வைக்கப் போகிறது என்பதைப் பார்க்க வேண்டும்.

ஹாட்ஸ்டார்தான் முதலிடம் என்றால் அடுத்தடுத்த நிலையில் உள்ள ஓடிடி தளங்கள் அமேசான், நெட்ஃப்ளிக்ஸ் என்று சொல்வீர்களானால் அது தவறு. அதெல்லாம் லோக்கல் ப்ளேயர்களான ஜீ5, வூட், சோனி, ஆல்ட் பாலாஜி போன்ற ஓடிடிகள் வரும் வரைதான். ஜீ5 2018ல் ஆரம்பிக்கப்பட்டு, தற்போது சுமார் 48 மில்லியன் வாடிக்கையாளர்களைக் கொண்டிருக்கிறது. தமிழ், தெலுங்கு, கன்னடம், என இந்திய மொழிகள் அனைத்திலும் தங்களுடைய தொலைக்காட்சி நிகழ்ச்சிகளையும், ஓடிடிக்காகப் பிரத்தியேகமான நிகழ்ச்சிகளையும் வழங்கித் தங்கள் நிலையைத் தக்க வைத்துக் கொண்டிருக்கும் நிறுவனம்.

2014 வாக்கிலேயே ஆரம்பித்திருந்தாலும் இரண்டு வருடங்களுக்கு முன்தான் தனது பிராண்டை

உயிர்ப்பித்தது சோனி லைவ். ரீலாஞ்ச் செய்த இரண்டு வருடங்களில் சுமார் 18.1 மில்லியன் வாடிக்கையாளர்களைக் கவர்ந்தது மட்டுமில்லாமல் ஓடிடி உலகைத் தன் பக்கம் திரும்பிப் பார்க்க வைத்திருக்கிறது ஸோனிலிவ்.

அமேசான் உலகளவில் சுமார் 143 மில்லியன் வாடிக்கையாளர்களைக் கொண்டிருந்தாலும், இந்திய அளவில் சுமார் 13.6 மில்லியன் வாடிக்கையாளர்களைத்தான் பெற்றிருக்கிறது. ஆனால் அமேசானின் பார்வையாளர்கள் என்று கணக்கிட்டால் ஒரு ஐடியில் இத்தனை பேர்தான் பார்க்க முடியும் என்று தடை ஏதும் இல்லை என்றே தோன்றுகிறது. மற்ற நிறுவனங்கள் எல்லாம் கட்டுகிற பணத்துக்கு ஏற்ப இரண்டு சாதனங்களிலோ அல்லது நான்கு சாதனங்களிலோ மட்டுமே பார்க்க முடியும் என்ற கட்டுப்பாட்டை விதிக்கிறது. அப்படிப் பார்க்கும் போது அமேசான் ப்ரைமின் பார்வையாளர்கள் எண்ணிக்கை முதல் நிலையில் உள்ளவர்களை விட அதிகமாகவே இருக்கும்

நெட்ஃப்ளிக்ஸ் உலக அளவில் 223 மில்லியன் வாடிக்கையாளர்களைப் பெற்றிருந்தாலும், இந்திய அளவில் பெரிதாய் வாடிக்கையாளர்களைக் கவர முடியவில்லை. இந்தியாவில் சுமார் 6 மில்லியன் வாடிக்கையாளர்களே நெட்ஃப்ளிக்ஸுக்கு பணம் கட்டியுள்ளனர். நெட்ஃப்ளிக்ஸ் இங்கே பெரிய அளவில் வெற்றி பெற முடியாததற்கான காரணம் என்னவென்று பார்த்தால், முதல் விஷயம் மாதச் சந்தா. என்னதான் 199 ரூபாய்க்கு மொபைல் வர்ஷன் தந்தாலும், மாதம் இருநூறு ரூபாய் இல்லாமல் பார்க்க முடியாது என்பதுதான் முக்கியக் காரணம். அதுமட்டுமின்றி, வாடிக்கையாளர்கள் எதிர்பார்க்கும் நிகழ்ச்சிகளைக் கொடுக்க முடியாதது இன்னொரு முக்கியக் காரணம். மேலும், மேல்தட்டு மக்கள் பார்க்கும் நிகழ்ச்சிகள், வட்டார மொழி நிகழ்ச்சிகள் குறைவு எனப் பல விஷயங்கள் நெட்ஃப்ளிக்ஸின் வளர்ச்சிக்குத் தடையாய் இருக்கின்றன. அது மட்டுமில்லாமல், 700 ரூபாய் கட்டினால் கூட நான்கு பேர் மட்டுமே பார்க்க முடியும் எனும் போது வாடிக்கையாளர்கள் குறைவது போல, பார்வையாளர்களும் குறைந்து விடுகின்றனர். இதனையும் மீறி உலக அளவில் நிகழ்ச்சிகளைப் பார்க்கும் ஆசை இருப்பவர்கள் நிச்சயம் நெட்ஃப்ளிக்ஸின் வாடிக்கையாளர்களாய் இருப்பார்கள்.

இவர்களைத் தவிர முபி போன்ற தளங்கள் தங்கள் ஓடிடியில் தேர்வு செய்யப்பட்ட பழைய படங்களைச் சில காலத்திற்கு

ஸ்ட்ரீம் செய்கிறார்கள். அந்த இயக்குநர்களின் பேட்டிகள் மற்றும் தரமான டிஜிட்டல் கன்வர்ஷன் எல்லாம் செய்து, உலக அளவில் பாராட்டப்பட்ட படங்களை வெளியிடுகிறார்கள். இந்தத் தளத்திற்கு என்றே தனியான ரசிகர்கள் இருக்கிறார்கள். இவர்களின் மாதச் சந்தா நெட்ஃப்ளிக்ஸுக்கு இணையான ஒன்றுதான்.

பெரிய ஓடிடி நிறுவனங்கள் இந்திய அளவில் எல்லா மொழிகளிலும் நிகழ்ச்சிகளை வாங்கி ஸ்ட்ரீம் செய்து கொண்டிருந்தாலும், அந்தந்த வட்டார மொழிக்கு முக்கியத்துவம் கொடுக்கும் ப்ளாட்பார்ம்களுக்கு மக்கள் வரவேற்பு கொடுக்க ஆரம்பித்ததுதான் இந்த வியாபாரம் வளரக் காரணம். அதற்கு உதாரணமாய்ச் சில ஓடிடி தளங்களைப் பற்றிப் பார்ப்போம்.

'Hoichoi' முழுக்க முழுக்க பெங்காலி நிகழ்ச்சிகளுக்காகவே 2017ம் ஆண்டு ஆரம்பிக்கப்பட்ட ஓடிடி. ஆரம்பக் காலத்தில் நிறையச் சிறு முதலீட்டுத் திரைப்படங்களை வெளியிட்டுக் கொண்டிருந்த நிறுவனம் இன்று அவர்களுக்கென்று 200 மணி நேர நிகழ்ச்சிகளைத் தயாரித்து வழங்கியிருக்கிறது. விரைவில் தமிழிலும் அவர்கள் தங்களது நிகழ்ச்சிகளைத் தரவிருக்கிறார்கள்.

'ப்ளானட் மராத்தி' எனும் மராத்தி மொழிக்கான ஓடிடி 2021ல் ஆரம்பிக்கப்பட்டு தற்போது உலகம் முழுவதும் சிறப்பான மராத்தி கண்டெண்டுகள் மூலமாய் மக்களைத் தங்கள் பக்கம் இழுத்திருக்கிறார்கள்.

தெலுங்கிற்கு என்று தனியாய் எந்த ஓடிடி நிறுவனமும் இல்லாத நேரத்தில் பிரபல நடிகர் அல்லு அர்ஜுனின் கீதா ஆர்ட்ஸும் மை ஹோம் நிறுவனமும் சேர்ந்து 2020ம் ஆண்டு ஆரம்பித்தது 'ஆஹா' ஓடிடி. இரண்டு வருடங்களில் தெலுங்கு மற்றும் தமிழில் நிகழ்ச்சிகளைக் கொடுக்க ஆரம்பித்திருக்கிறார்கள். இந்த இரண்டு வருடத்தில் சுமார் 1.7 மில்லியன் வாடிக்கையாளர்களைத் தங்கள் வசம் கொண்டிருக்கிறார்கள் என்பதே மிகப் பெரிய வெற்றி.

சிறிய ஸ்டார்டப் ஆக 2020ல் ஆரம்பிக்கப்பட்டதுதான் மூவிவுட் எனும் ஓடிடி தளம். இதில் தமிழ், தெலுங்கு, இந்தி, மலையாளம், பெங்காலி, மராத்தி என இந்திய மொழிகள் அனைத்திலும் நிகழ்ச்சிகளைத் தர ஆரம்பித்தார்கள். குறிப்பாய், சிறு முதலீட்டுத் தயாரிப்பாளர்களுக்கு ஆதரவான தளமாய் கொஞ்சம் கொஞ்சமாய் மாறி, இன்று சுமார் ஒரு லட்சம் வாடிக்கையாளர்களைத் தங்கள்

வசம் கொண்டு வந்திருக்கிறார்கள். இப்படி பயணம் தொடர்பான நிகழ்ச்சிகளுக்காக, டாக்குமெண்டரிக்காக என டிவி சேனல்கள் போல, டிஸ்கவரி, நேஷனல் ஜியாக்கிரஃபி என ஏகப்பட்ட ஓடிடி தளங்கள் வந்துவிட்டன. அவரவர் ரசனைக்கேற்ப கண்டெண்டுகளைப் பார்க்க ஆரம்பித்துவிட்டார்கள்.

இது போல ஏகப்பட்ட ஓடிடிக்கள் புதிது புதிதாய் ஆரம்பித்துக் கொண்டேயிருக்கிறார்கள். இவையனைத்தையும் பார்க்க மக்களிடம் நேரமிருக்குமா, அப்படியே நேரமிருந்தாலும் பெரிய பெரிய ஓடிடி நிறுவனங்களுடன் போட்டி போட்டுத் தொழில் நடத்த முடியுமா?

இந்திய அளவில் டி.வி.ஓ.டி மூலமாய் படங்களைப் பார்க்க வைத்து பணம் சம்பாதிக்கப் பெரிய படங்கள் தயாராக இல்லாத நிலையில் 2015ம் ஆண்டில் 'Reelmonk' என்கிற இணையத்தளம் மூலமாய் மலையாளப் படங்களை தியேட்டரில் வெளியான அன்றே வெளியிடும் முயற்சியைக் கையில் எடுத்தார்கள். முதல் படமாய் இன்றைய பிரபல ஒளிப்பதிவாளர், இயக்குநர் ராஜிவ் ரவியின் திரைப்படமான 'Njan Steve Lopez' படத்தை வெளியிட்டார்கள். இதில் பிரபல நடிகர் பகத் பாஸிலின் தம்பி பர்ஹான் பாஸில் கதாநாயகனாக நடித்திருந்தார்.

அவர்களின் முக்கியமான டார்கெட் வளைகுடா ஆட்கள்தான். உலகம் முழுவதும் மலையாளிகள் பரவியிருக்க, நிச்சயம் தியேட்டரில் வெளியாகும் அன்றே உலகம் முழுக்க மலையாள சினிமா ரசிகர்கள் படங்களைப் பார்க்க ஆவல் கொள்வார்கள் என்று நம்பினார்கள். ஆனால் அது நடக்காமல் போய்விட்டது. அதற்குக் காரணம் அவர்களிடம் பெரிய நடிகர்களின் படங்கள் இல்லை என்பதும், வெளிநாடுகளில் நடக்கும் வியாபாரம் மூலம் கிடைக்கும் பணத்தை விநியோகஸ்தர்கள், நடிகர்கள், தயாரிப்பாளர்கள் இழக்க விரும்பாததும்தான்.

ஆனால் இன்றைய நிலை அப்படியல்ல. சுமார் 300க்கும் மேற்பட்ட ஓடிடி தளங்கள் இந்திய அளவில் இருக்கின்றன என்றால் பார்த்துக் கொள்ளுங்கள். இணையத்தளம் ஆரம்பிப்பது எப்படி எளிதானதோ, அது போல ஓடிடி ஆரம்பிப்பது மிக எளிமையானதாகிவிட்டது. குடிசைத் தொழில் போல ஆரம்பித்துவிட்டார்கள். இவை எல்லாவற்றுக்கும் வாடிக்கையாளர்கள் எப்படிப் பணம் கட்டுவார்கள் என்கிற கேள்வி உங்களுக்கு எழுவது போல, புதிய ஓடிடி தளங்களை ஆரம்பிக்கிறவர்களுக்குப் பெரும்பாலும் எழுவது இல்லை.

காரணம் எங்கோ எப்போதோ ஏதோ ஒரு சின்ன ஓடிடி நிறுவனம் திடீரென ஹிட் ஆவதே அவர்களின் நம்பிக்கை. இம்மாதிரியான திடீர்த் தொழிலதிபர்களின் முதலீட்டை, அரைகுறை ஆர்வத்தைக் காசாக்கிக் கொள்ள உருவானதே ‘ஒயிட் லேபிள்’ எனும் டெக்னாலஜி. ஒயிட் லேபிள் என்ன என்பதைப் பார்ப்போம்.

# 9. The Office

முன்பெல்லாம் ஒரு இணையத்தளத்தை வடிவமைக்க முடிவு செய்தால் அதற்கான வடிவமைப்பாளர், கோடிங் எழுதுகிறவர், டொமைன் ரிஜிஸ்டர் செய்து தருகிற நிறுவனம் என ஒவ்வொன்றுக்கும் ஓர் ஆளைத் தேடியலைய வேண்டியிருக்கும். அல்லது இவையனைத்தையும் ஒரு சேரச் செய்து கொடுக்கிற சின்ன ஸ்டார்ட் அப் நிறுவனங்களையோ அல்லது பெரிய நிறுவனங்களையோ தொடர்பு கொண்டு இணையத்தளத்தை அமைக்க வேண்டியிருக்கும். ஆனால் இன்று அப்படியல்ல, ஆன்லைனிலேயே பல நிறுவனங்கள் டிசைன், கோடிங், ஆன்லைன் பேமெண்ட் கேட்வே என அனைத்து வசதிகளையும் இணையம் மூலமாகவே செய்யலாம். அவர்கள் கேட்கும் தகவல்களை மட்டும் கொடுத்தால் போதும், உங்களது இணையத்தளம் தயார். அது போல இப்போது ஓர் ஓடிடி தளம் ஆரம்பிக்க வேண்டுமானால் யாரையும் தேடிப்போக வேண்டியது இல்லை. ஆன்லைனிலேயே இணையத்தளத்தை உருவாக்குவது போல ஓடிடி தளத்தையும் தயார் செய்து கொள்ளலாம்.

எந்தமாதிரியான டிசைன்,கண்டெண்டுகளை அப்லோட் செய்வது எப்படி, ஆன்லைன் பேமெண்ட் வாங்குவது எப்படி, கண்டெண்ட் டெலிவரி, நெட்வொர்க் லிங்க், சர்வர் என அனைத்து விஷயங்களையும் ஒரு சில மணி நேரங்களில் தயார் செய்து விட முடியும். அதன் பிறகு உங்களது ஓடிடி தளத்தை மார்க்கெட்டிங் செய்து, அதற்கான நிகழ்ச்சிகளைத் தயார் செய்து நடத்த வேண்டியதுதான் பாக்கி.

ஒரு பக்கம் ஓடிடி தளத்தைத் தங்களுக்கென்றே தனியாய் ஒரு டீமை வைத்து, கோடிகளைச் செலவு செய்து, தினமும் R&D மூலமாய்க் கிடைக்கும் தகவல்களை வைத்து, எப்படி எல்லாம் மேலும் வாடிக்கையாளர்களைக் கவரலாம், இருக்கிற வாடிக்கையாளரைத் தக்க வைக்கலாம் என்று பெரிய நிறுவனங்கள் யோசித்துக் கொணடிருக்கிறார்கள். இன்னொரு பக்கம், குடிசைத் தொழில் போல ஒரே ஒரு படத்தை மட்டுமே வைத்துக் கொண்டு சில ஆயிரங்களைச் செலவு செய்து சிலர் ஆரம்பிக்க நினைக்கிறார்கள். இவர்கள்தான் இந்த ஒயிட் லேபிள் கம்பெனிகளின் டார்கெட்டே. அப்படியானால் ஒயிட் லேபிள் நிறுவனங்கள் ஏமாற்று வேலையா என்று கேட்டீர்களானால் இல்லை என்றே சொல்வேன்.

டெக்னாலஜி சுலபமாக சுலபமாகப் பல புதுமையான ஐடியாக்களோடு களம் இறங்கத் தயாராக இருக்கும் இளைஞர்களுக்கு இது ஒரு வரப்பிரசாதம். அடிப்படைப் புரிதலுக்காக ஒரு தளத்தை எப்படி வடிவமைப்பது, அதற்கான ஆட்களைத் தேடுவது என்று அலையாமல் ஒரே இடத்தில் அத்தனையும் கிடைக்கும் போது அது பெரிய வரம்தான். அந்த வசதிக்கான தொகையைத் தந்துவிட்டால் சில மணி நேரங்களில் ஓடிடி தளம் ஆரம்பித்துவிடலாம்.

ஆனால் அதே வேளையில் இன்னொன்றையும் கவனத்தில் வைத்துக்கொள்ள வேண்டும். தொழில்முறையான ஓடிடி தளம் இதன் மூலமாய் அமைத்துக் கொண்டால், நாம் சொந்தமாய் ஒரு டீம் வைத்துக் கொண்டு வேலை செய்தே ஆக வேண்டிய கட்டாயம் வந்துவிடும். எனவே அதற்கு ஒரு செலவு. ஒயிட் லேபிள் நிறுவனம் அவர்களுடைய சர்வீஸுக்கும் சேர்த்தேதான் விலை வைத்துப் பணம் வாங்கும். அப்படியிருக்க நிச்சயம் இரண்டு மடங்குக்கு மேல் செலவு செய்ய வேண்டியிருக்கும். அப்போது மீண்டும் நமக்கான ஓடிடி தளத்தை வடிவமைக்கக் கூடிய டீமோடுதான் களம் இறங்க வேண்டும். 'டெஸ்டிங் த வாட்டர்' என்று சொல்வது போல வளரும் வரை வேண்டுமானால் ஒயிட் லேபிள் உபயோகமாகும்.

ஆனால் என்னைப் பொறுத்தவரை ஒயிட் லேபிள் நிறுவனங்களோடு நாம் வளர முடியாது. காரணம், அவர்களுக்காக நாம் செலவு செய்யும் பணத்திற்கும் நமது வருமானத்திற்கும் எட்டவே எட்டாது. இந்த நிலையில் புதிய நிறுவனம் நிச்சயம் தொடர்ந்து செயல்படாத ஒரு நிறுவனமாகப் போய்விடும்.

நல்ல பண பலம் உள்ளவர்களாய் இருந்தால் ஓயிட் லேபிள் நிறுவனங்கள் மூலமாய் முயன்று பார்க்கும்போதே, தங்களுக்கான டீமையும் வைத்துக்கொண்டு களமிறங்குவதுதான் புத்திசாலித்தனம். அப்படி இல்லாமல் 'நாமும் ஓடிடி ஆரம்பிப்போம்' என்று இறங்குகிறவர்களுக்கு லாபமோ இல்லையோ, ஓயிட் லேபிள் நிறுவனங்களுக்குத்தான் லாபம். ஏனென்றால் அவர்கள் உங்களுக்காகத் தயார் செய்யும் அத்தனையையுமே வேறு ஒருவருக்கும் விற்கும்.

ஓயிட் லேபிள் நிறுவனங்கள் மூலம் சில பேர் ஒரு சில திரைப்படங்களை மட்டுமே வெளியிட்டுப் பரபரப்பாகி, சில மாதங்களிலேயே மொத்தமாய் கடையை மூடிய கதையெல்லாம் இருக்கிறது. அதில் முதன்மையானவர் நம் ஆர்.ஜி.வி எனும் ராம்கோபால் வர்மாதான். 'Ally' எனும் நிறுவனம் ஓயிட் லேபிள் ப்ளாட்பார்மை கொரோனா காலத்தில் பரபரப்பாக ஆரம்பித்தது. அதில் ஆர்.ஜி.விக்கு ஒரு சேனல், மற்ற பிரபல நிறுவனங்களுக்கு ஒரு சேனல் என்று கொடுத்து அவர்களது ஓயிட் லேபிளை பிரபலமாக்கியது. Ally தான் தாய் வீடு. மற்றவர்கள் எல்லாம் சப் டொமைன் எனும் யூ டியூப் சேனல்கள் போல. அவர்கள் தனியாய் எஸ்.வி.ஓ.டியோ அல்லது டி.வி.ஓ.டியிலோ பணம் பெற்றுக் கொள்ளலாம். அவர்களுக்கான தொகையை தாய் நிறுவனம் செட் செய்து தரும். நேரடியாய் அவர்களுக்கு ஒரு டேஷ்போர்ட் கொடுத்துவிடும். கண்டெண்டுகளை அவர்கள் அப்டேட் செய்து கொள்ளலாம். கண்டெண்ட் டெலிவரி மற்றும் சர்வர் விஷயங்களை தாய் நிறுவனம் பார்த்துக் கொள்ளும். அதற்கு ஒரு தொகை என்று வரும் வருமானத்தில் முப்பது சதவிகிதம் எடுத்துக் கொள்ளும் முறையில் இருந்தது.

ராம்கோபால் வர்மாவின் முதல் படம் கில்மா படமாய் இருக்க, டிவிஓடியில் ஆயிரக்கணக்கான டிக்கெட்டுகள் விற்பனை ஆயின. அப்படத்திற்கு அவர் செலவு செய்த தொகையைவிட பெரும் வருமானத்தை, செயலிகள் ஏதும் இல்லாமல் வெறும் இணையம் மூலமாகவே சம்பாதித்ததாகச் சொன்னாலும், இந்தப் படத்தின் தரம் மிக மோசமாய் இருக்க, அடுத்தடுத்த படங்களுக்கு மக்கள் ஆர்வம் காட்டாமல் போனார்கள். கொரோனா போனபோது இந்தச் சேனல்களையும் வாரிச் சுருட்டிக் கொண்டு போனதுதான் மிச்சம்.

ஒரு மலையாளப் படம், ஒரு கன்னியாஸ்திரிக்கும் மீனவப் பெண்ணுக்கும் இடையேயான லெஸ்பியன் உறவு பற்றிய படம். எந்த ஓடிடி தளமும் வாங்காததால் அந்தப் படத்தின்

தயாரிப்பாளர் இணையம் மூலமாய் இந்தப் படத்தைப் பார்க்க ஒரு தளத்தைத் தயார் செய்து, பத்திரிகையாளர்கள் மூலமாய் விளம்பரப்படுத்தினார். படம் வெளியான நாளில் சுமார் 50 ஆயிரம் ப்ளஸ் டிக்கெட்டுகள் விற்பனை ஆயின. ஆனால் அதே நேரத்தில் பலரால் படத்தைப் பார்க்க முடியவில்லை. காரணம் சர்வர் மற்றும் பேமெண்ட் கேட் வே பிரச்சினை. மேலும் சி.டி. என் எனப்படும் கண்டெண்ட் டெலிவரி நெட்வொர்க்கின் தரமின்மை. அந்த ஒரு படத்தோடு அந்தத் தளம் மூடப்பட்டது.

# 10. விலங்கு

திரைப்படத் தயாரிப்பாளர்கள் தங்கள் படங்களை ஓடிடி தளங்களில் வெளியிட விரும்பாத காரணங்களில் முக்கியமான ஒன்று பைரஸி. அது மட்டுமில்ல. சாட்டிலைட் டிவி உரிமைக்கு நல்ல விலையும் கிடைத்துக் கொண்டிருந்தது. ஒரு மினிமம் பட்ஜெட் படம் மல்ட்டிப்ளெக்ஸ் அரங்குகளில் சுமாராய்ப் போனால் கூட போதும்.

சாட்டிலைட் ஒளிபரப்பு உரிமை நல்ல விலை போய்க் கொண்டிருந்த காலம் அது. அப்படியான நேரத்தில் தங்கள் படங்களைத் திரையரங்குகளில் வெளியான அன்றே ஓடிடியில் வெளியிடத் தயங்கினார்கள். ஓடிடியில் படம் வெளியானால் அதை மரியாதைக் குறைவான படமாய்ப் பார்ப்பார்கள் என்பது இன்னுமொரு முக்கியக் காரணம்.

இன்றைக்கு இணையத்தளம் மட்டுமில்லாமல், மொபைல் செயலிகள், ஃபயர் டிவி, க்ரோம் மற்றும் ரோகோ போன்ற இயங்குதளங்கள் மூலமாகப் படங்கள் பார்க்கும் வசதி இருக்கிறது. ஆனால் ஆரம்பக் காலக்கட்டங்களில் இணையத்தளத்தின் மூலமாக மட்டுமே பார்க்க முடியும். அதுவும் நல்ல தரமான ஹெச்.டி ஒளி/ஒலியில் பார்க்க வேண்டுமானால் நல்ல பேண்ட்வித் உள்ள இண்டர்நெட் இணைப்பு வேண்டும். இதையெல்லாம் மீறிப் படத்தைப் பார்ப்பதற்கு கிரெடிட் கார்டு வேண்டும்.

ஆரம்பக் காலத்தில் டெபிட் கார்டுகள், க்யூ ஆர் கோட் எல்லாம் கிடையாது. அது மட்டுமில்லாமல் கிரெடிட்

கார்டு மூலமாய்ப் பணம் செலுத்தப் பலர் தயங்கினார்கள். கார்டே பெரிய விஷயம், அதை ஆன்லைனில் உபயோகிக்க ஆயிரம் யோசனை எனும் போது, சினிமா பார்க்க, அதுவும் பிரபல நடிகர்கள் நடிக்காத படத்திற்கு எதற்கு ரிஸ்க் எடுத்துப் பார்க்கவேண்டும் என்கிற எண்ணம் ஏற்பட்டுவிட்டது.. அதற்கு ஏற்றார் போல அப்படி வெளியாகும் படங்கள் பெரிய அளவில் மக்களைக் கவரவும் இல்லை.

பெரும்பாலான வெகுஜன மக்களின் ரசனைக்கு அப்பாற்பட்ட படங்களே இம்மாதிரியான ஓடிடி தளங்களில் வெளியாகின. குறிப்பாய் உலகப் பட விழாக்களில் விருதுபெற்ற அல்லது பங்குபெற்ற படங்களை, அமேசான் மற்றும் நெட்ஃப்ளிக்ஸ் போன்ற ஓடிடி தளங்கள் ஆரம்ப நாட்களில் ஒரு சிறு விலை கொடுத்து வாங்கிக் கொண்டிருந்தன. மெல்ல அவர்கள் கமர்ஷியல் ஓடிடிக்களாய் மாறிய காரணத்தால், ரீல்மாங்க் போன்ற பல புதிய வெப் தளங்கள் களத்தில் இறங்கின. ஆனாலும் இவை லாபகரமாய் மாறவில்லை. காரணம் படங்களின் தரம், அதற்குக் கொடுக்கப்பட வேண்டிய விலை மற்றும் டெக்னாலஜி.

ஆனால் இந்திய அளவில் ஒரு சில நிறுவனங்கள் இணையத்தளங்களின் மூலமாய் இண்டிபெண்டண்ட் படங்களை ரெவென்யூ ஷேர் முறையில் வெளியிட ஆரம்பித்தது ஒரு வரப் பிரசாதமாய் அமைந்தது. அப்படிப் பல அசாமியப் படங்கள், இந்திப் படங்கள் பத்திரிகை விமர்சனங்கள் மூலம் ஓரளவுக்கு தங்களது டார்கெட் ஆட்களைச் சென்றடைந்தன. ஒரு நிறுவனத்தின் தளத்தில் வெளியிட்ட சில நாட்களுக்குப் பிறகு வேறு ஒரு தளத்தில் வெளியிட்டு அவர்களுடைய டேட்டாபேஸ் ஆட்களைத் தங்கள் பக்கம் கவர்ந்த படங்கள் கூட உண்டு. ஆனால் இதெல்லாம் வெகு சில படங்களுக்குத்தான் நிகழ்ந்தது. அப்படியான சில படங்களைப் பற்றிப் பார்ப்போம்.

'தி கிரேட் இண்டியன் கிச்சன்' (The Great Indian Kitchen) எனும் படம் தயாரான காலத்தில் பல ஓடிடிக்களை தொடர்பு கொண்டு விற்பனை செய்ய முயன்றது. எல்லாப் பெரிய ஓடிடிக்களும் அப்படத்தை நிராகரித்தன. வேறு வழியே இல்லாமல் புதிய ஓடிடி தளமான 'நீஸ்ட்ரீம்' (Neestream) எனும் தளத்தில் அப்படம் வெளியானது. குறைந்த முன்பணம் மட்டுமே வாங்கிக் கொண்டு அப்படத்தை அதில் வெளியிட்டார் தயாரிப்பாளர்.

படம் வெளியாகி சில தினங்களில் ஏகப்பட்ட பாசிட்டிவ் விமர்சனங்கள் வர ஆரம்பிக்க, மெல்ல பிக்கப் ஆகி, கிட்டத்தட்ட

ஒன்றரை லட்சம் பார்வையாளர்கள் 140 ரூபாய் கொடுத்துப் பார்க்க, மிகப் பெரிய அங்கீகாரம் கிடைத்தது. அது அந்த வலைத்தளத்திற்கும் பெரிய அளவில் வாடிக்கையாளர்களைக் கொண்டு வந்து சேர்த்தது. அதே நேரத்தில் எந்தெந்த ஓடிடி எல்லாம் இந்தப் படம் எங்களுக்கு வேண்டாம் என்றதோ அவை எல்லாவற்றிலும் அதே படம் ஒளிபரப்பானது. மிகச் சிறிய படம், பெரிய வருமானத்தை ஓடிடி வெளியீட்டில், அதுவும் டி.வி.ஓ.டி முறையில் வெளியாகி, தயாரிப்பாளருக்கு 'வருமானத்தின் அடிப்படையில் பங்கு' (ரெவென்யூ ஷேர்) முறையின் மூலமாய்ப் பல லட்சங்கள் சம்பாதித்துக் கொடுத்தது. இப்படத்தின் மூலமாய் அவர் அடுத்து ஒரு அந்தாலஜி படமெடுக்க, அதை சோனிலைவ் விலை கொடுத்து வாங்கியது. தற்போது அவர் மம்மூட்டி ஜோதிகாவை வைத்து காதல் என்கிற படத்தை இயக்கிக் கொண்டிருக்கிறார்.

கவிஞர், எழுத்தாளர் லீனா மணிமேகலை இயக்கத்தில் மாடத்தி என்கிற திரைப்படம் உலகப்பட விழாக்களில் கவனம் பெற்ற படம். அப்படத்தை நீஸ்ட்ரீம் தளத்தில் வெளியிட்டார்கள். பின்பு முபி போன்ற தளங்களிலும் வெளியிடப்பட்டது. 'தெளிவுப்பாதையின் நீசத் தூரம்' என்கிற படம், கோவைக் குண்டுவெடிப்பு குறித்து முஸ்லிம்களின் பார்வையில் சொல்லப்பட்ட படம். அரவிந்த் என்கிற இளைஞர், ஆயிரம் பேருடன் சேர்ந்து பணம் போட்டு சுமார் பத்து லட்சத்தில் எடுக்கப்பட்ட படம். அப்படத்தை சென்சார் செய்து வெளியிட முடியாத வகையில் பல தடைகள். அப்படம் மூவிவுட் தளம் மூலமாய் வெளியானது. வெளியான நாள் முதல் இப்படத்திற்கான கவனம் மெல்ல அதிகமாகி தற்போது இரண்டு மூன்று ஓடிடிக்களில் ஸ்ட்ரீமிங் ஆகிக் கொண்டிருக்கிறது.

'டைலமா' என்கிற சுயாதீனத் திரைப்படம் வெறும் மூன்று லட்சம் ரூபாயில் எடுக்கப்பட்டது. பாண்டியன் சூறாவளி என்கிற புதிய இயக்குநர் அப்படத்தைத் தயாரித்து இயக்கியிருந்தார். அப்படம் மூவிவுட் தளத்தில் வெளியாகி மக்களிடையே நல்ல வரவேற்பைப் பெற்று, இரண்டு மூன்று புதிய ஓடிடி.களில் மேலும் வெளியாகி நல்ல வரவேற்பையும் வருமானத்தையும் பெற்றது.

சிங்கிள் ஷாட்டில் படமெடுப்பது ஒன்றும் புதியது அல்ல. ஆனால் அப்படி எடுக்கப்படும் படங்கள் எல்லாமே பெரும்பாலும் சீரியஸ் படங்களாகவோ அல்லது ஆர்ட் பிலிமாகவோ இருக்கும். அவற்றிலிருந்து விலகி ஒரு பக்கா கமர்ஷியல் படமாய் வெளிவந்த

படம்தான் 'யுத்தக் காண்டம்' பார்த்திபனின் 'இரவின் நிழல்' வந்த பிறகு சிங்கிள் ஷாட் படங்கள் மீதான கவனம் மக்களிடையே அதிகம் இருந்த நேரத்தில் மூவிவுட் தளத்தில் 'யுத்தக் காண்டம்' வெளியானது. டி.வி.ஓ.டியிலும், எஸ்.வி.ஓ.டியிலும் பெரும் வரவேற்பையும் விமர்சனங்களையும் வருமானத்தையும் பெற்ற படமாய் அது அமைந்தது.

'ஆமீஸ்' எனும் அசாமியத் திரைப்படம். திரைப்பட விழாக்களில் கவனம் பெற்ற திரைப்படம் மிகச் சிறிய அளவில் திரையரங்குகளில் வெளியாகிக் கவனம் பெற்றது. இந்தியாவில் உள்ள பெரிய ஓடிடி நிறுவனங்கள் இப்படத்திற்கு ஆதரவு தரவில்லை. எனவே புதிய ஓடிடி நிறுவனங்கள் மூலமாய் டி.வி.ஓ.டியில் வெளியிட்டார்கள். அப்படி வெளியானதன் மூலமாய்ப் பல பத்திரிகைகள், பார்வையாளர்கள் இப்படத்தைப் பற்றி சோசியல் மீடியாவில் எழுத, படம் பலரின் கவனத்தைப் பெற்று வருமானத்தையும் பெற்றது.

இப்படிப் பல படங்களைச் சொல்லலாம். ஆனால், மேலே சொன்ன வெகு சில படங்களே வருமானத்தையும் அங்கீகாரத்தையும் ஒருங்கே பெற்றன. மற்ற படங்கள் எல்லாம் மக்களின் கவனம் பெற்றதேயன்றி பணமாய் லாபத்தைச் சம்பாதிக்கவில்லை என்பதுதான் உண்மை.

குட்ஷோ எனும் நிறுவனம் ஓடிடி தளத்தை வடிவமைத்துக் கொடுக்கும் நிறுவனம். இது ஓர் ஒயிட் லேபிள் நிறுவனம். ஒரு கட்டத்தில்,'நாமே ஏன் ஓடிடி ஆரம்பிக்கக்கூடாது' என்று எண்ண ஆரம்பித்தது. அதன் மூலம் தங்களது ஒயிட் லேபிளை விற்பனை செய்ய முடியும் என்று யோசித்தது. ஆனால் அவர்களோடு சேர்ந்த ஒயிட் லேபிள் சேனல்கள் கொஞ்சக் காலத்திலேயே ஆட்டத்திலிருந்து கழன்று கொள்ள, அந்நிறுவனமும் ஓடிடி நேரடி வியாபாரத்திலிருந்து விலகியது. ஆனால் இன்னமும் யாரோ ஒரு புதிய ஓடிடி ஆரம்பிக்கும் ஆசையுள்ள சில பேருக்கு ஒயிட் லேபிளை விற்றுக் கொண்டுதானிருக்கிறது.

தமிழ்த் திரைப்படத் தயாரிப்பாளர்களில் பலர் ஓடிடி ஆரம்பிக்கும் எண்ணத்தில் இருந்தாலும் ஒரு சிலரே அதில் களமிறங்கினார்கள். அதில் முக்கியமானவர்கள் சி.வி.குமார் மற்றும் ஜே.எஸ்.கே. ஆகியோர். ஜே.எஸ்.கே 'Ally' நிறுவனத்தின் ஒயிட் லேபிளை வைத்து ஆரம்பித்தார். தனது வெளியிடப்படாத படங்களை ஓடிடியில் டி.வி.ஓ.டி முறையில் வெளியிடச் செய்த முயற்சிகள் தோல்வியில்தான் முடிந்தன. அதற்கான பல

காரணங்களில் ஒன்று அவர்களின் நிறுவனத்தின் நிதி நிலைமை என்று சொன்னார்கள்.

சி.வி.குமார் களமிறங்கிய ‘Regal Talikes’ நிறுவனம் பெரும் பரபரப்போடு களமிறங்கியது. ஆனாலும் தோல்வியுற்றது. அவர்களது வியாபார முறைதான் தோல்விக்குக் காரணம் என்பது என் எண்ணம். ஒருவர் படம் பார்க்க வேண்டுமென்று விரும்பினால், ஒரு முறை பணம் கட்டினால் டிவிஓடி மூலமாய் ஒரு நாளிலோ அல்லது இரண்டு நாளிலோ படம் பார்க்கும்படியான வியாபாரம் இருந்த நிலைக்கு மாற்றாக, இவர்களது தளத்தில் ஒருவர் எந்தக் காட்சிக்குப் பணம் கட்டுகிறார்களோ அந்தக் காட்சி நேரத்திற்குப் படம் பார்த்தே ஆக வேண்டிய கட்டாயம் இருந்தது. அது மக்களிடையே வரவேற்பைப் பெறவில்லை. அதேபோல், அவர்கள் வெளியிட்ட சிறு முதலீட்டுப் படங்கள் மக்களிடையே பெரும் வரவேற்பைப் பெறவில்லை என்பதும், பெரிய படங்கள் எதுவும் அவர்கள் அந்தத் தளத்தின் மூலமாய் வெளியிடவில்லை என்பது வேறு சில காரணங்கள் என்று சொல்லலாம்.

# 11. Mismatched

இத்தனை வியாபாரத்தையும் பற்றித் தெரிந்து கொண்டு எனக்கு என்ன பிரயோஜனம்? ஓடிடிக்காக நிகழ்ச்சிகளைத் தயாரிக்கும் நிறுவனங்களின் கஷ்ட நஷ்டங்களைப் பற்றித் தெரிந்து கொண்டாகிவிட்டது. இதனால் ஒவ்வொரு ஓடிடிக்கும் பணம் கட்டிப் பார்க்கும் பார்வையாளனுக்கு என்ன பயன்? எதிர்காலத்தில் இன்னும் நிறைய ஓடிடிக்கள் வரும், அத்தனைக்கும் எப்படிப் பணம் கட்ட முடியும்? அப்படி மக்களிடையே பிரபலம் ஆகாத ஓடிடி தளங்கள் எப்படித் தாக்குப் பிடிக்கும்? ஓடிடியின் மவுசு குறைகிறதா?

“ஆனானப்பட்ட நெட்ஃப்ளிக்ஸே சப்ஸ்கிரைபர் போய்ட்டான்னு பப்ளிக்கா சொல்லியிருக்கான். இனிமே அவ்வளவுதான். எத்தினி ஓடிடிக்கு பணம் கட்டுறது? ஒருத்தன் ஆயிரம்ங்கிறான், இன்னொருத்தான் முன்னூறுங்கிறான். கூட்டிக் கழிச்சுப் பார்த்தா வருஷத்துக்குப் பத்தாயிரம் வந்திரும் போல. இதுல பே பர் வியூனு, பார்க்கிற படத்துக்கு மட்டுமே கட்டுனு நாலு பேரு இருக்கான். எல்லாம் வந்த புதுசுல ஜோராத்தான் போவும். குப்பைப் படத்தைத்தான் ஓடிடில கொடுப்பாங்கன்னா எவன் அதுக்குப் பணம் கட்டுவான்?”

இப்படி ஆளாளுக்கு ஓடிடியின் வியாபாரம் குறித்தும் அதன் எதிர்காலம் குறித்தும் கருத்துகளை அள்ளிவிட்டுக் கொண்டிருந்தார்கள். காரணம் நெட்ஃப்ளிக்ஸின்

சந்தாதாரர்கள் குறைந்தார்கள் என்கிற அறிவிப்புதான். இப்படிக் கருத்துச் சொல்கிறவர்களில் பெரும்பாலானவர்கள் எல்லா ஓடிடிக்கும் பணம் கட்டியவர்கள் இல்லை. நண்பர்களின் ஐடியையோ அல்லது பைரஸி டவுன்லோட்டிலோதான் படம் பார்க்கிறார்கள்.

உண்மையிலேயே ஓடிடியின் மவுசு போய் விட்டதா என்று கேட்டீர்களானால் இல்லை என்றுதான் சொல்வேன். எப்படி நீங்கள் ஆணித்தரமாகச் சொல்வீர்கள் என்று கேட்பீர்களானால், நாங்களும் மூவிவுட் எனும் ஒரு ஓடிடி தளத்தை நடத்துகிறவர்கள் என்கிற உரிமையில்தான் சொல்கிறேன்.

அப்படி ஒரு ஓடிடி. இருக்கிறதா என்று கேட்கிறவர்களுக்கு: இருபதாயிரம் வாடிக்கையாளர்கள் வருடச் சந்தா கட்டி எங்கள் கண்டெண்டுகளைப் பார்த்து வருகிறார்கள். மாதம் குறைந்தபட்சம் 50 முதல் 150 பேர் புதிய சந்தாதாரர்கள் சேருகிறார்கள் என்று சொன்னால் என்ன சொல்வீர்கள்? நெட்ஃப்ளிக்ஸுக்கு சந்தாதாரர்கள் குறைந்த நேரத்தில்தான் எங்களுக்கு சந்தாதாரர்கள் ஏறியிருக்கிறார்கள்.

சமீபத்திய சர்வேயின்படி எதிர்வரும் ஆண்டுகளில் சுமார் 2,000 கோடி வரையில் புரளக் கூடிய மார்க்கெட் ஓடிடி மார்க்கெட் என்கிறார்கள் வல்லுநர்கள். அப்படியிருக்க, ஏன் நெட்ஃப்ளிக்ஸின் வாடிக்கையாளர்கள் போனார்கள்? அதற்கான காரணங்களை அவர்களே சொல்லியிருந்தார்கள். குறிப்பாய் ரஷ்யாவில் அவர்களின் ஒளிபரப்பை ரத்து செய்ததினால் சுமார் ஏழு மில்லியன் வாடிக்கையாளர்களை இழந்திருக்கிறார்கள். அது மட்டுமில்லாமல் சுமார் 2 மில்லியன் வாடிக்கையாளர்கள் மீண்டும் சந்தா கட்டாமல் இருப்பதால்தான் என்றும், வாடிக்கையாளர்கள் அவர்களது பாஸ்வேர்டுகளை மற்றவர்களுக்கு இலவசமாய்க் கொடுத்து விடுவதால் புதிய சந்தாக்கள் வருவதில்லை என்றும் சொல்லியிருக்கிறார்கள்.

இத்தனைக்கும் இந்தியாவில் மாதம் எண்ணூறு ரூபாய் வரை கட்டிக் கொண்டிருந்தவர்களுக்கு இப்போது அறுநூறாய் குறைந்திருக்கிறது. அது மட்டுமில்லாமல் நெட்ஃப்ளிக்ஸ் மொபைல் வர்ஷனுக்கு மாதம் 149 ரூபாய் கட்டினாலே போதும் என்று அறிவித்திருக்கிறார்கள். இந்த விலைக் குறைப்பினால் இந்திய மார்க்கெட்டைக் கவர்ந்துவிடலாம் என்று கணக்கிட்டது பெரிய அளவில் வேலைக்கு ஆகவில்லை. காரணம் அவர்கள் வெளியிடும் கண்டெண்டுகள்தான்.

பெரும்பாலும் நெட்ஃப்ளிக்ஸை பார்க்கிறவர்கள் வெளிநாட்டுத் தொடர்கள், வெளிநாட்டுப் படங்கள் என உலக மொழிப்படங்களை விரும்பிப் பார்க்கிறவர்கள். இன்றளவில் ஆங்கிலம் மற்றும் உலக மொழிகளில் உள்ள சீரீஸ்கள் இவர்கள் அளவுக்கு வேறு யாரிடமாவது இருக்கிறதா என்றால், இல்லை என்றே சொல்வேன். என்னைப் போன்ற ரசிகர்களுக்கு நெட்ஃப்ளிக்ஸ் ஒரு வரப்பிரசாதம். ஆனால் சாதாரண ரசிகனுக்கு மாதாமாதம் பெரிய அளவில் பணம் கட்ட வேண்டிய அளவுக்கு கண்டெண்ட் இல்லை என்பதே உண்மை. அப்படியும் அவர்கள் மாதம் சில மலையாளப் படங்கள், ஹிந்தி படங்கள், தமிழ், தெலுங்கு போன்ற படங்களை வெளியிட்டுக் கொண்டுதான் இருக்கிறார்கள். ஆனால் அவை எல்லாம் பெரும்பாலும் மேல்தட்டு வர்க்க படங்களாக இருப்பதாலும், அப்படங்கள் மக்களைக் கவராமல் போய் விடுவதாலும், எதற்கு மாதம் பணம் கட்ட வேண்டும் என்று நினைப்பவர்கள் ஏராளம். அதே நேரம் இவர்களின் இந்தியப் போட்டியாளர்களான பிரைம் வீடியோ, டிஸ்னி ஹாட்ஸ்டார், சோனி, ஜீ, போன்ற சேனல்கள் சரியான லோக்கல் கண்டெண்ட்டுகளைத் தருவதால் இவர்களுக்குச் சந்தாதாரர்கள் ஏறிக் கொண்டிருக்கிறார்கள்.

அது மட்டுமில்லாமல், மற்ற ஓடிடி நிறுவனங்கள் எல்லோரும் வருடச் சந்தா வாங்கிக் கொண்டிருக்க, நெட்ஃப்ளிக்ஸ் மற்றும் முபி போன்றவர்கள் மட்டுமே மாதச் சந்தாவை வாங்கிக் கொண்டிருக்கிறார்கள். வருடத்திற்கு ஆயிரத்தி ஐநூறு என்று கணக்கிட்டு வாங்கிக் கொண்டிருக்கும் ஹாட்ஸ்டார் மற்றும் அமேசானின் விலையை மாதச் சந்தாவாக்கினால் கிட்டத்தட்ட நெட்ப்ளிக்ஸின் மாதச் சந்தாவுக்கு ஈடாகத்தான் இருக்கும். ஆனால் அது தெரியாத வண்ணம் மொத்தமாய் வாங்குகிறார்கள். சமயங்களில் ஏதாவது சலுகைகள் கொடுத்து சந்தாதாரர்களைக் கவர்ந்து விடுகிறார்கள். ஆனால் இந்த விஷயத்தில் நெட்ஃப்ளிக்ஸ் ஸ்ட்ரிக்ட் மாஸ்டர். சலுகை எல்லாம் கிடையாது. அத்தோடு நெட்ஃப்ளிக்ஸின் போட்டியாளரான அமேசான் சுமார் பத்துப் பேர் வரை ஒரே சமயத்தில் பார்க்க அனுமதிக்கிறது. நெட்ஃப்ளிக்ஸ் இதிலும் நோ காம்ப்ரமைஸ்.

புதிய படங்களை வாங்குவதற்கான போட்டியில் அதிக விலை கொடுக்க வேண்டிய கட்டாயம். அது மட்டுமில்லாமல் புதிய நிகழ்ச்சிகளைத் தயாரிக்க வேண்டிய நிலை! இப்படி நிறைய முதலீடுகளைச் செய்ய வேண்டியிருக்கும்போது, இவர்கள் வாங்கும் சந்தா கட்டுப்படியாகுமா என்று கேட்டால், ஆகும்

என்றோ, ஆகாது என்றோ உறுதியாகச் சொல்ல முடியாது.

இந்திய அளவில் சுமார் 150க்கும் மேற்பட்ட பெரிய, சிறிய மற்றும் மிகச் சிறிய ஓடிடிகள் இருக்கின்றன. அதில் நம்பர் ஒன் என்றால் இன்றைய தேதிக்கு அது டிஸ்னி ஹாட்ஸ்டார்தான். காரணம் கிரிக்கெட்டை அவர்கள் அதில் ஒளிபரப்ப ஆரம்பித்ததுதான். வருடத்துக்கு இருநூறு ரூபாய்க்குச் சந்தாதாரர்களை வளைக்க ஆரம்பித்தவர்கள் இன்று நான்கைந்து வகைகளில் சந்தாக்களைப் பிரித்து வைத்து, யாருக்கு என்ன தேவையோ அதை வைத்து சந்தாதாரர்களைத் தக்க வைத்துக் கொள்கிறார்கள். இத்தனை ரூபாய் பணம் கட்டினால் இத்தனை பேர்தான் ஒரே நேரத்தில் படம் பார்க்க முடியும், மேலும் பார்க்க வேண்டுமென்றால் அதிக அளவு பணம் கட்ட வேண்டும் என்கிறார்கள்.

ஆயிரத்துச் சொச்சம் பணம் கட்டினாலும் விளம்பரம் வேறு வரும். அப்படி விளம்பரம் வராமல் பார்க்க வேண்டுமென்றால் வருடத்துக்குக் கிட்டத்தட்ட இரண்டாயிரம் வரை கட்ட வேண்டும். நிறையப் பேர் கட்டிக் கொண்டுதான் இருக்கிறார்கள். காரணம் பிரபல நடிகர்களின் தமிழ், தெலுங்கு, இந்திப் படங்களை நேரிடையாய் வெளியிடுகிறார்கள். படம் நன்றாக இருக்கிறதோ இல்லையோ பெரிய நடிகர்கள் நடித்த படங்களை எல்லோரும் பார்க்க ஆசைப்படுவார்கள். இன்று பணம் கட்டாமல் பார்த்தவர்கள் கூட மெல்ல எத்தனை நாள் மற்றவர்களிடம் பாஸ்வேர்ட் வாங்கிப் பார்ப்பது என்று யோசித்து, குறைந்தபட்சப் பணம் கட்டியாவது பார்க்க ஆரம்பிக்கிறார்கள். இப்படிப் பணம் கட்டியவனை அடுத்தடுத்த மாதம் பிரபல அல்லது நல்ல கண்டெண்டுகளைக் கொடுத்துத் தக்க வைத்துக் கொள்கிறார்கள்.

அதையேதான் அமேசான் பிரைம், சோனி, ஜீ போன்றவர்கள் செய்கிறார்கள். லட்சக்கணக்கான வாடிக்கையாளர்கள் வருடச் சந்தாவிற்குள் வருவதுதான் அவர்களின் லாபமே. ஆனால் இன்றைய போட்டி மிகுந்த சூழலில் சந்தாவை மட்டுமே நம்பினால் வேலைக்காகாது என்று பெரிய நிறுவனங்கள் எல்லாம் புலம்ப ஆரம்பித்திருக்கின்றன. ஏனென்றால் பெரும்பாலான ஓடிடிக்கள், தொலைக்காட்சியிலிருந்து ஓடிடிக்கு வந்தவர்கள். அவர்கள் தொலைக்காட்சியில் நிகழ்ச்சிகளை விற்றுப் பழகியவர்கள்.

ஓடிடிக்களின் வரவினால் லீனியர் டிவி எனப்படும் (ஒளிபரப்பப்படும் நேரத்தில் பார்க்கும் டிவி) வழக்கம் கொஞ்சம் கொஞ்சமாய்க் குறைந்து கொண்டே போகிறது. கிரிக்கெட்

மேட்ச் மற்றும் செய்திகளைத் தவிர யாரும் ஒரு நிகழ்ச்சியை அது ஒளிபரப்பாகும்போது பார்ப்பதில்லை. அவரவர்கள் வசதிக்கு ஏற்ப கிடைத்த நேரத்தில் பார்த்துக் கொள்கிறார்கள்.

ஒரு படத்தை ஒரே நேரத்தில் பார்ப்பவர்களைப் போல, ஒரு சீரீஸின் எட்டு எபிசோடையும் ராத்திரியோடு ராத்திரியாய்ப் பார்ப்பது போல, இப்போதெல்லாம் பலர் பார்ப்பதில்லை. பத்துப் பத்து நிமிஷமாய்ப் பார்க்கப் பழகி, டெலிவிஷனில் விளம்பரங்களோடு பார்க்க விரும்பாமல், விளம்பரமில்லாமல் ஓடிடியில் நிம்மதியாகப் பார்த்துக் கொள்ளலாம் என்று பார்வையாளர்கள் முடிவெடுத்துவிடுகிறார்கள். இதை கவனித்த ஓடிடி நிறுவனங்கள், 'நீ என் ஓடிடிக்குப் பணம் கட்டினால் டிவியில் காட்டுவதற்கு ஐந்து மணி நேரம் முன்பே ஓடிடியில் பார்த்துக் கொள்ளலாம்' என்பது போன்ற சலுகைகளை எல்லாம் கொடுக்க ஆரம்பித்துவிட்டார்கள்.

இதுவரை விளம்பரங்கள் மூலமாகவே வருமானம் பார்த்துக் கொண்டிருந்தவர்களுக்கு, டி.ஆர்.பி இல்லாத காரணத்தால் விளம்பரப் பணம் இனி அவ்வளவு வராது. இதனால் வேறு வகையில் அந்த வருமானத்தை ஈடு செய்ய வேண்டிய கட்டாயம் அவர்களுக்கு. அதுதான் விளம்பரம் மூலம் ஓடிடியில் பணம் சம்பாதிப்பது. எப்படிக் கட்டண சேனல் என்று வைத்துக் கொண்டு விளம்பரம் போட்டுச் சம்பாதிப்பார்களோ அது போலவே வருடச் சந்தா கட்டினாலும் கூடவே விளம்பரமும் வரும். வேண்டாமென்றால் இன்னும் பணம் கட்டு என்று கேட்கிறார்கள்.

டிஸ்னி, எம்.எக்ஸ் ப்ளேயர் போன்றோர்கள் ஏற்கெனவே விளம்பரங்கள் வெளியிட்டுக் கொண்டிருக்கும் வேளையில் அமேசான் போன்றோரும் விளம்பரம் மூலம் பணம் ஈட்ட முடிவெடுத்திருப்பதாய்த் தகவல். சமயங்களில் அமேசானில் வெளியிடப்படும் நிகழ்ச்சிகளின் விளம்பரங்களை அவ்வப்போது கொடுக்க ஆரம்பித்து, வாடிக்கையாளர்களைப் பழக்க முடிவு செய்திருப்பதைப் பார்க்கும் போதே தெரிகிறது.

ஆனால், விளம்பரம் மூலம் மட்டுமே ஓடிடி நடத்திய எம்.எக்ஸ் ப்ளேயர், 'விளம்பரம் வேண்டாமா? மாதம் இரு நூறு ரூபாய் கட்டுங்கள்' என்று தற்போது களமிறங்கியிருக்கிறது. விளம்பரத் தொல்லையால் வாடிக்கையாளர்கள் அவர்களது நிகழ்ச்சிகளைப் பார்ப்பது குறைகிறது என்பதுதான் காரணம். ஒரு பக்கம் சந்தா வாங்கியவர்கள் எல்லோரும் விளம்பரத்துக்குப் போகலாம் என்று

முடிவெடுக்க, இன்னொரு பக்கம் விளம்பரம் செய்தவர்கள் சந்தாவுக்கு வருகிறார்கள். இக்கரைக்கு அக்கரைப் பச்சை.

நிறைய வாடிக்கையாளர்கள் 'இண்டர்நெட் ஆனில் இருக்கும் போதுதானே நீ விளம்பரம் போடுவாய்?' என யோசித்துப் படத்தை டவுண்ட்லோட் செய்துவிட்டு, இண்டர்நெட்டை ஆஃப் செய்துவிட்டு, விளம்பரம் இல்லாமல் பார்க்க ஆரம்பித்து விட்டார்கள். இப்போது டவுன்லோட் செய்யும் போதே விளம்பரங்களையும் சேர்த்து டவுண்ட்லோட் செய்யக்கூடிய வகையில் கோடிங்க் எழுத ஆரம்பித்திருக்கிறார்கள் ஓடிடிக்காரர்கள். விளம்பரம் நிச்சயம் பார்வையாளர்களை எரிச்சல் படுத்துகிறது என்றாலும் வேறு வழியில்லை என்கிற நிலைதான் ஓடிடி நிறுவனங்களுக்கு.

முக்கியமான ஓடிடிக்கள் என்று எடுத்துக் கொண்டால் ஹாட்ஸ்டார், ஜீ5, நெட்ஃப்ளிக்ஸ், அமேசான், சோனி லைவ் போன்ற மெயின் ஓடிடிக்கள் மட்டுமே இல்லாமல் அடுத்த நிலை ஓடிடிக்களான சன் நெக்ஸ்ட், ஹங்காமா, ஷெமாரோ, ஆஹா, வூட் எனப் பெரிய பட்டியலே இருக்கிறது.

இவற்றைத் தவிர ஒவ்வொரு மொழியிலும் குறிப்பிடத்தக்க ஓடிடி நிறுவனங்கள் உருவாகி லோக்கல் மார்க்கெட்டில் தங்கள் நிலையைத் தக்க வைத்துக் கொண்டிருக்கின்றன. பார்வையாளர்கள் தங்களின் மொழியை அடிப்படையாய்க் கொண்ட படங்களை, நிகழ்ச்சிகளைப் பார்க்கத் தயாராகத்தான் இருக்கிறார்கள் என்பதை, இவர்களின் வெற்றியை வைத்துச் சொல்ல முடியும்.

2019ம் ஆண்டு தொடங்கப்பட்ட 'STAGE' எனும் ஓடிடி ஹர்யான்வி மற்றும் ராஜஸ்தானிய பேச்சு வழக்கில் உருவாக்கப்பட்ட நிகழ்ச்சிகளைக் கொண்டு அந்தப் பிராந்திய மக்களுக்காக உருவான ஓடிடி. சுமார் 2,75,000 சந்தாதாரர்களைக் கொண்டிருக்கிறது. ஹோய் சோய் நிறுவனம் பெங்காலி மொழிக்காகவே பிரத்தியகமாய் நிகழ்ச்சிகளைத் தயாரித்து பார்வையாளர்களுக்குக் கொடுக்க ஆரம்பித்தது. இன்று சுமார் ஒரு கோடியே 30 லட்சம் சந்தாதாரர்களைப் பெற்றிருக்கிறது. 'ப்ளானட் மராத்தி' மராத்தி மொழி நிகழ்ச்சிகளுக்காகவே உருவாக்கப்பட்ட நிறுவனம். சுமார் 2 கோடியே 24 லட்சம் சந்தாதாரர்களைத் தங்கள் வசம் வைத்திருக்கிறது.

தெலுங்கு மொழிக்காக பிரத்யோகமாக ஆரம்பிக்கப்பட்ட ஆஹா எனும் ஓடிடி மூன்று வருடங்களில் சுமார் 25

லட்சம் சந்தாதாரர்களையும், ஒரு கோடியே 12 லட்சம் பார்வையாளர்களைக் கொண்டிருக்கிறது. இன்று ஆஹா தமிழிலும் காலூன்றிக் கொண்டிருக்கிறது. விரைவில் மலையாளத்தில் கவனம் செலுத்தும் வேலையைப் பார்த்துக் கொண்டிருப்பதாய்த் தகவல்.

இவற்றைத் தவிர குஜராத்தி, ஒரிய மொழி போன்ற எல்லாப் பிராந்திய மொழிகளிலும் ஓடிடி நிறுவனங்கள் ஆரம்பிக்கப்பட்டிருக்கின்றன. இத்தனை பிராந்திய மொழி ஓடிடிக்களின் வெற்றிதான், அமேசான், நெட்ஃப்ளிக்ஸ், சோனி போன்ற நிறுவனங்கள் நேரிடையாய்ப் பிராந்திய மொழிகளில் நிகழ்ச்சிகளைப் பெரிய அளவில் தயாரிக்கக் களம் இறங்கியதற்கான காரணம். இதன் மூலமாய்ப் பிராந்திய மொழி ஓடிடிகளுக்கு கொஞ்சமாவது போட்டியைக் கொடுக்கும் முயற்சிதான். ஆனால், இவை லோக்கல் மார்க்கெட்டைத் தக்க வைக்கிறதா இல்லையா? பார்ப்போம்.

# 12. சுழல்

பிராந்திய மொழி ஓடிடி தளங்களின் வளர்ச்சி சாதாரணமானது அல்ல. அதற்குக் முதல் காரணம், அந்தப் பிராந்திய மக்களுக்கான மொழி, கலாசாரம் ஆகியவற்றைப் பிரதிபலிக்கிற நிகழ்ச்சிகளைப் பார்வையாளர்கள் பார்க்கத் தயாராக இருப்பது என்றால், அடுத்த காரணம், அவர்களுடைய மாதச் சந்தாவோ அல்லது வருடச் சந்தாவோ வாடிக்கையாளர்கள் வாங்கக்கூடிய அளவில் இருப்பதுதான்.

பிராந்திய மொழி நிகழ்ச்சிகளைத் தயார் செய்யப் பெரிய செலவு செய்யத் தேவையில்லை. 'நாங்கள் மும்பையிலோ டெல்லியிலோ எங்கள் படப்பிடிப்பை நடத்துவதில்லை, ஆறு எபிசோடுகளை வெறும் 20 லட்சம் ரூபாய்க்குள் எடுத்துவிட முடியும் என்கிறார்' ஸ்டேஜ் ஓடிடியின் தலைவர். இந்திய அளவில் எடுக்கப்படும் நிகழ்ச்சிகளின் செலவில் மூன்றில் ஒரு பங்கில் ஒரு பிராந்திய மொழி நிகழ்ச்சிகளைத் தயார் செய்துவிட முடியும் என்கிறார்கள் பல பிராந்திய மொழி ஓடிடி நிறுவனர்கள்.

உண்மைதான், இன்று தமிழில் குறும்படங்கள் மற்றும் ஒரு மணி நேரம் முதல் ஒன்றரை மணி நேரம் வரை உள்ள நிகழ்ச்சிகளை மட்டுமே கொடுத்துக் கொண்டிருக்கும் நிறுவனம் ஷார்ட்ஃப்ளிக்ஸ். இவர்களது மாதச் சந்தாவே வெறும் முப்பது ரூபாய்தான். பெரிய நடிகர்களின் படங்கள் கிடையாது. பெரிய விலை கிடையாது. ஆனாலும் தேர்ந்தெடுக்கப்பட்ட

நிகழ்ச்சிகள் மூலமாய்த் தொடர்ந்து மார்க்கெட்டில் வளர்ந்து வந்து கொண்டிருக்கும் தமிழ் ஓடிடி இது.

மூவிவுட் தமிழ் தெலுங்கு, மலையாளம், கன்னடம், இந்தி, பெங்காலி என இந்திய மொழிகளில் உள்ள அத்தனை சிறு முதலீட்டுக் குறும்படங்களைக் கொண்டிருக்கிற இந்த ஓடிடியில், சுமார் 500க்கும் மேற்பட்ட படங்கள், வெப் சீரீஸ்கள் ஆகியவையும் இருக்கின்றன. இவர்கள் வாடிக்கையாளரிடம் வாங்கும் சந்தா, வருடத்திற்கு வெறும் 99 ரூபாய்தான். பெரிய ஓடிடிக்களில் இடம் கிடைக்காதவர்கள், சிறு முதலீட்டு நிகழ்ச்சிகள் மற்றும் சுயாதீனப் படங்களுக்கான தளங்கள் மிகவும் குறைவு எனும் பட்சத்தில், மேற்சொன்ன இரண்டு தளங்கள் புதிய நம்பிக்கையைக் கொடுக்கின்றன. ஆனால், சுயாதீன படமோ, முதலீட்டுப் படமோ, அதன் தரம்தான் தளத்தின் தரத்தை நிர்ணயிக்கும்.

எத்தனையோ குறும்பட இயக்குநர்கள் தற்போது யூ டியூப்பிற்காக சில லட்சங்களில் வெப் தொடர்களைத் தயாரித்து வருகிறார்கள். பெரும்பான்மையான வெப் தொடர்களில் போட்ட பணத்தை வெறும் விளம்பர வருமானம் மூலமாய் எடுக்க முடியாமல் தவிக்கிறார்கள். அப்படியிருக்க எப்படிப் பிராந்திய ஓடிடி தளங்கள் இன்னும் இயங்குகின்றன என்றால் மாதச் சந்தாதான். அப்படியானால், மாதச் சந்தாவோ, வருடச் சந்தாவோ இவர்களை மார்க்கெட்டில் தக்க வைத்துவிடும் என்று நினைக்கிறீர்களா? அப்படியும் உறுதியாய்ச் சொல்ல முடியாது.

2025 ஆண்டு வாக்கில், பிராந்திய மொழி ஓடிடி தளங்களில் மக்கள் செலவிடும் நேரம் 50 சதவிகிதம் அதிகமாகும் என்கிறார்கள். எஸ்.வி.ஓ.டி வாடிக்கையாளர்களின் எண்ணிக்கை 2026ல் 193 மில்லியன் வரை போகும் என்றும், வருமானம் இன்றைய 800 மில்லியனிலிருந்து 1.8 மில்லியனுக்கு அதிகமாகும் என்றும் சொல்கிறது மீடியா பார்ட்னர்ஸ் ஏசியா எனும் நிறுவனம். 2021ம் ஆண்டின் கணக்குப்படி 40 மில்லியன் குடும்பம் ஓடிடி வாடிக்கையாளராக இருந்த நிலை, 2024க்குள் 60 மில்லியன் குடும்பங்களாய் மாறும் என்கிறது FICCI - EY Report 2022.

பிராந்திய மொழிப் பார்வையாளர்களின் வளர்ச்சியால் முதல் நிலையில் உள்ள ஓடிடிக்கள் தங்களின் பட்ஜெட்டில் மூன்றில் ஒரு பங்கைப் பிராந்திய மொழி நிகழ்ச்சிகளுக்காகச் செலவிட ஆரம்பித்திருக்கின்றன. அமேசான், சோனி, ஜீ5, நெட்ஃப்ளிக்ஸ், ஹாட்ஸ்டார் போன்ற முக்கியமான ஓடிடிக்கள் தமிழிலும் தெலுங்கிலும் மலையாளத்தில் வெப் சீரீஸ்களை வெளியிடுவதில்

உள்ள போட்டியைப் பார்த்தாலே இது தெரியும். தங்களது பெரிய நிகழ்ச்சிகளை அனைத்துப் பிராந்திய மொழிகளிலும் டப் செய்ய ஆரம்பித்திருப்பதும் அதன் காரணமாகத்தான்.

இந்த டப்பிங்கினால் இந்திய அளவில் பெரிய பட்ஜெட்டில் எடுக்கப்படும் இந்திப் படங்களாகட்டும், சீரீஸ்களாகட்டும் எல்லாத் தரப்பு மக்களையும் சென்றடைகிறது. சமீபகாலமாய், பெரிய பெரிய ஹாலிவுட் திரைப்படங்கள் மற்றும் ஓடிடிக்களின் நேரடித் தயாரிப்பில் வெளியாகும் ஆங்கில நிகழ்ச்சிகள் மற்றும் படங்களை, இந்தி மட்டுமில்லாது அனைத்துத் தென்னிந்திய மொழிகளிலும் டப் செய்து வெளியிடுகிறார்கள்.

இதில் நல்லதும் இருக்கிறது, கெடுதலும் இருக்கிறது. முன்பெல்லாம் ஏதோ ஒரு மொழியில் எடுக்கப்படும் திரைப்படங்களோ அல்லது தொடர்களோ, அதை மற்ற மொழிக்கு மாற்றி வெளியிடுவதில் வியாபாரம் ஒன்று இருந்தது. இன்று இம்மாதிரியான ஓடிடி தளங்கள் சல்லீசான விலையில் மொத்தமாய் வாங்கிக் கொள்கிறபடியால் தனியாய் இருந்த ஒரு வியாபாரம் போய் விட்டது. இது ஒரு பெரிய இழப்பு என்றே சொல்ல வேண்டும்.

ஓடிடி இனி வரும் காலங்களில் 2,600 கோடிக்கும் மேலான வியாபாரத்தைச் செய்யப் போகும் தொழில். தக்காளி வாங்கி விற்று லாபம் பார்த்தாலே பக்கத்திலேயே பத்துத் தக்காளி கடை போடுகிற உலகில், இத்தனை கோடி வியாபாரம் இருக்கிற தொழிலில் ஆட்கள் இறங்காமல் இருப்பார்களா? இறங்கிக் கொண்டேதானிருக்கிறார்கள். இன்னொரு பக்கம் வெளியேறிக் கொண்டும் இருக்கிறார்கள். அதற்குக் காரணம், தொடர்ந்து வாடிக்கையாளர்களுக்குப் புதிய புதிய நிகழ்ச்சிகளைத் தர வேண்டிய கட்டாயம். அதற்கான முதலீடு. அந்த முதலீட்டை எடுக்க வேண்டுமென்றால் அதற்கான மார்க்கெட்டிங். மார்க்கெட்டிங்தான் மக்களிடம் அவர்களது ஓடிடியை கொண்டு போய் சேர்க்கிறது. சேர்ந்தவுடன் மக்கள் கவனிப்பது அதில் உள்ள நிகழ்ச்சிகளையும் அதன் தரத்தையும்தான். அதுதான் அடுத்த முறை சந்தாவைக் கட்ட எடுக்கிற முடிவுக்கு அஸ்திவாரம். இது ஒரு சுழல். இதில் தொடர்ந்து செயல்பட்டுக் கொண்டேயிருக்க வேண்டும். அதற்கு மிக முக்கியம், பணம். அதுதான் இந்தச் சுழலைச் சுழல வைக்கிறது. ஆனால் இது சாதாரணச் சுழல் அல்ல, மாயச்சுழல்.

# 13. The Fame Game

ஆம் மாயச் சுழல்தான். ஒரு ஓடிடி தன்னுடைய நிகழ்ச்சிகளைப் பற்றி மக்களிடையே தெரியப்படுத்த இன்று பல வழிகள் வந்துவிட்டன. அதில் முதன்மையானது, டிஜிட்டல் மார்க்கெட்டிங். குறிப்பாய் இன்ஸ்டாகிராம், ஃபேஸ்புக் விளம்பரங்கள். விளம்பரங்கள் மட்டுமே வாடிக்கையாளர்களைக் கொண்டு வராது. ஆனால், தொடர்ந்து டிஜிட்டல் விளம்பரங்கள் மூலம் ஒரு பிராண்டை மக்களிடையே கொண்டு செல்ல முடியும்.

அடுத்தது நிகழ்ச்சியோ, படமோ எப்படியான வரவேற்பைப் பெறுகிறது என்பது முக்கியம். ஆனால் புதியதாய் ஆரம்பித்த ஓடிடிக்கு என்னதான் நல்ல நிகழ்ச்சிகளைக் கொடுத்தாலும் நிறையப் பார்வையாளர்கள் வந்து பார்த்தால்தானே நிகழ்ச்சியும் தளமும் மக்களிடையே பிரபலம் ஆகும்? அப்படி மக்களை உள்ளிழுக்கத் தொடங்கப்பட்ட மார்க்கெட்டிங் உத்திதான் இலவசம்.

அமேசான் இன்றும் ஒரு மாத இலவச ட்ரையல் ஆஃபரை கொடுத்துக் கொண்டுதான் இருக்கிறது. அந்த ஒரு மாத ஆஃபருக்கு அமேசான் பிரைம் டெலிவரி சலுகைகள், அமேசான் மியூசிக் ஆகியவற்றையும் இலவசமாய்க் கொடுக்கிறது. இலவச ஆஃபரைப் பெறுவதற்கு ஈமெயில் முகவரியும் ஃபோன் நம்பர் மட்டுமே போதும். மாதா மாதம் இலவசமாய்ப் பார்த்துக் கொண்டிருக்கலாம்.

ஆனால் மக்கள் அப்படித் தொடர்ந்து செய்ய மாட்டார்கள் என்பதுதான் முக்கியமான விஷயம்.

ஏனென்றால் ஒரு குடும்பத்தில் நான்கு பேர் இருக்கிறார்கள் என்று வைத்துக் கொள்ளுங்கள். ஆளுக்கு இரண்டு தொலைபேசி வைத்திருந்தாலும், நான்கைந்து மின்னஞ்சல் வைத்துப் பார்க்க ஆரம்பிக்க, ஒரு கட்டத்தில் மாசம் 150 ரூபாதானே, எதுக்கு இத்தனை மெனக்கெடல் என்று சோர்ந்து விடுவார்கள். அதுவரை அமேசானும் காத்திருக்கும்.

கூடவே இன்னொரு ஆஃப்பரும் இருக்கிறது. உங்கள் வீட்டில் படிக்கும் மாணவர்கள் இருந்தால் அவர்களின் ஐடி மூலமாய் ரிஜிஸ்டர் செய்தால் மொத்தச் சந்தாவில் 50 சதவிகிதம்தான். அதோடு, அமேசான் மட்டுமே இத்தனை பேர்தான் பார்க்க வேண்டும் என்ற கட்டுப்பாடு இல்லாத ஓடிடி தளமாக இருக்கிறது. மற்ற முக்கியமான நிறுவனங்கள் எல்லோருமே எத்தனை பேர் ஒரே நேரத்தில் பார்க்க முடியும் என்பதைக் கண்காணித்துக் கட்டுப்படுத்துகின்றன. அதற்கேற்ப தங்களுடைய மாதச் சந்தாவையும் வாங்கிக் கொள்கின்றன. சில நிறுவனங்கள் 'மொத்தமாய்ப் பணம் கட்டுங்கள், இரண்டு மாதம் இலவசமாய்ப் பெறுங்கள்' என்று ஆட்களைக் கொண்டு வருகின்றன. இதையெல்லாம் செய்தாலும் வாடிக்கையாளர்களைத் தக்க வைத்துக் கொள்வது என்பது, தொடர்ந்து அவர்கள் வழங்கும் நிகழ்ச்சியின் தரத்தை வைத்துத்தான் முடிவாகும்.

இந்த அளவில் இலவசம் என்பது வாடிக்கையாளர்களைக் கவர்ந்திழுக்கும் ஓர் உத்திதான். அப்படியாகத்தான் வியாபாரம் முதல் ஆட்சி வரை பெற்றிருக்கிறார்கள். மக்களும் கொடுத்திருக்கிறார்கள். ஹாட்ஸ்டார் ஆரம்பக் காலத்தில் கிரிக்கெட் மேட்ச்களை மட்டும் இலவசமாகக் காண்பித்தது. பின்பு மொபைலில் பார்க்க மாதம் 200 ரூபாய் என ஆரம்பித்தது. மெல்ல அவர்களுடைய வாடிக்கையாளர்களின் எண்ணிக்கை அதிகமாக அதிகமாக, பல புதிய நிகழ்ச்சிகளைக் கொண்டு வந்து அவர்களைத் தக்க வைத்துக் கொண்டது. இதனுடன் வெளிநாட்டு ஓடிடியான டிஸ்னி, ஹெச்.பி.ஓ போன்றவற்றின் நிகழ்ச்சிகளையும் தங்களுடைய தளத்தில் சேர்த்து, பார்வையாளர்களைத் தக்கவைத்து, இந்தியாவின் நம்பர் ஒன் ஓடிடி தளமாக வளர்ந்து வந்தது.

இத்தனை ஓடிடிகள் இருக்க, அனைத்துக்கும் எப்படிப் பணம் கட்டுவது என்கிற கேள்விக்கு விரைவில் பதில் கிடைத்துவிடும். ஏற்கெனவே ஜியோ தன் நெட்வொர்க்கில் இணைந்தவர்களுக்குப் பதினைந்துக்கும் மேற்பட்ட ஓடிடி தளங்களை இலவசமாய்த் தர ஆரம்பித்திருக்கிறது. அது போல

மற்ற தொலைத்தொடர்பு நிறுவனங்களும் பல சேனல்களை இணைக்க ஆரம்பித்திருக்கின்றன. தங்களது ஏதாவது ஒரு சேவையைப் பெற்றால் இத்தனை ஓடிடிக்கள் இலவசம் என்று அறிவித்திருக்கிறார்கள். டிடிஎச் சேவை வழங்கும் டாடா ஸ்கை போன்ற நிறுவனங்கள், தங்களது செட்டாப் பாக்ஸுகளுக்கு ஆண்ட்ராய்ட் சப்போர்ட் கொடுத்து, சில ஓடிடிக்களைக் கொடுக்க ஆரம்பித்திருக்கின்றன.

எப்படி டிவி சேனல்களை கேபிள் டிவி மூலமாகவும் டிடிஎச் மூலமாகவும் ஒருங்கிணைத்து ஒரே குடையின் கீழ் மொத்தமாய் ஒரு பணத்துக்குக் கொடுக்க ஆரம்பித்தார்களோ, அது போல தொலைத்தொடர்பு நிறுவனங்கள் மற்றும் இணைய இணைப்பு தருகிற நிறுவனங்கள், அனைத்து ஓடிடிக்களையும் ஒரு பேக்கேஜாய்க் கொடுக்கும் காலம் விரைவில் வரும். அப்போது இப்படி எல்லா ஓடிடிக்கும் தனித்தனியே பணம் கட்ட தேவையிருக்காது. அதுதான் ஓடிடியின் எதிர்காலமாய் இருக்கும். எப்படியோ, இனி நிச்சயம் ஓடிடிதான் எதிர்காலம். லீனியர் டிவியும் கேபிள் டிவியும் டிடிஎச்சும் வழிவிட்டு விலக வேண்டிய காலம் நெருங்கி விட்டது. இனி வரும் காலம் ஸ்ட்ரீமிங் காலம்தான்.

இண்டர்நெட் மற்றும் தொலைத்தொடர்பு நிறுவனங்கள் மூலமாக 1,000 ரூபா மாதச் சந்தாவை அவர்களுடைய இண்டர்நெட் பேக்கேஜோடு வெறும் 30 ரூபாய்க்குக் கொடுப்பதற்குக் காரணம் மிக எளிமையானது. இண்டர்நெட் இல்லாமல் ஓடிடி இல்லை. ஓடிடிக்கள் இல்லாமல் ஆயிரம் ரூபாயை இண்டர்நெட்டுக்குச் செலவழிக்கவேண்டிய தேவையில்லை. அதனால் இருவரும் தங்களது மார்க்கெட்டை தக்கவைத்துக் கொள்ள வேறு வழியில்லாமல் சலுகைகளை அள்ளிக் கொடுக்கத்தான் வேண்டியிருக்கிறது.

அமேசான் பிரைம் மற்றும் நெட்ஃப்ளிக்ஸ் இருந்தால்தான் தங்களது ஆயிரத்தி ஐநூறு ரூபாய் இண்டர்நெட் பேக்கை விற்க முடியும் என்பதால், அவர்களுடன் ஒரு டீல் போட்டு இணைப்பு வாங்குகிறவர்களிடம் முதல் வருடம் அமேசானை இலவசமாய்க் கொடுத்த ஜியோ, இரண்டாவது வருடத்திற்குப் பணம் வாங்க ஆரம்பித்துவிட்டது.

இண்டர்நெட் நிறுவனங்கள் தங்களுக்குத் தேவையான பெரிய நெட்வொர்க்குகளைத் தங்கள் பேக்கேஜில் கொடுத்தாலும் அடுத்த லெவல் ஆட்கள் எப்படி அவர்களுடைய சேனலைக் கொண்டு சேர்ப்பது? அதே போல இண்டர்நெட் இணைப்பு

வைத்திருக்கும் வாடிக்கையாளர்கள் பல பேருக்கு ஆயிரம் ரூபாய்க்கான பேக்கேஜ் தேவையில்லை. ஆனாலும் அவர்களுக்குப் பல சேனல்களைப் பார்க்க விருப்பம். அப்படியானவர்களைக் கவர புதிய நிறுவனங்கள் உருவாக ஆரம்பித்துவிட்டன. அதுதான் அக்ரகேட்டர் எனப்படும் ஒருங்கிணைப்புத் தளங்கள். அதாவது அனைத்து ஓடிடிக்களையும் தங்கள் வசம் வைத்து அவர்களின் தளத்தின் மூலமாய்ப் பார்க்க வைக்கும் வியாபாரம். குறிப்பாய் ஓடிடி ப்ளே, வாட்சோ, மை ப்ரைம் போன்ற ஒருங்கிணைப்புத் தளங்கள். ஓடிடி தளங்களை மக்களிடையே கொண்டு சேர்க்க வந்திருக்கும் புதிய முறை இது.

இந்த ஒருங்கிணைப்புத் தளங்கள் என்ன செய்கின்றன? அனைத்து ஓடிடி தளங்களிடமும் ஓர் ஒப்பந்தம் போட்டுக் கொண்டு மார்க்கெட்டிங் செய்ய ஆரம்பிக்கின்றன. உதாரணமாய், வருடச் சந்தாவாக இருக்கும் பல ஓடிடி நிறுவனங்களின் விலையை மாதச் சந்தாவாக மாற்றினால் பெரிய ஓடிடிக்களின் விலையே மாதம் 150 ரூபாய்க்குள் வந்துவிடும். வருடத்திற்கு ஆயிரம் ரூபாய் வாங்கும் ஓடிடியிலிருந்து 100 ரூபாய் வாங்கும் ஓடிடி வரை அனைத்தையும் சேர்த்தால் மாதம் ஆயிரம் ரூபாய் வருகிறது என்று வைத்துக் கொள்ளுங்கள். அதை மாதம் 150 ரூபாய்க்குத் தங்களது ஒருங்கிணைப்பு தளத்தின் மூலம் மக்களுக்கு இவை கொடுக்கின்றன. இப்படியான சல்லீசான விலையில் அனைத்து ஓடிடி பேக்கேஜையும் யார் கொடுக்கிறார்களோ அவர்களின் மூலமாய் மக்கள் தங்களுக்குத் தேவையான ஓடிடிகளுக்குச் சந்தாதாரர்கள் ஆக முடியும். யார் அதிகமான பேக்கேஜை கொடுக்கிறார்களோ அவர்கள்தான் மார்க்கெட் லீடர்.

ஆனால் அப்படியான பேக்கேஜை கொடுத்து மார்க்கெட் லீடர் ஆவது ஒன்றும் அத்தனை சுலபம் கிடையாது. ஏனென்றால் இம்மாதிரி குறைந்த விலையில் கிடைக்கும் என்பதற்காக மட்டுமே யாரும் இவர்களுடைய தளத்திற்குச் சந்தாதாரர் ஆக மாட்டார்கள் என்பதைச் சமீபகாலமாய்ப் புரிந்து கொள்ள ஆரம்பித்திருக்கின்றன இந்நிறுவனங்கள். இம்மாதிரியான ஒருங்கிணைப்புத் தளங்களின் சந்தாதாரர்கள் எண்ணிக்கையே 20 முதல் 40 ஆயிரம் வரைதான் இருக்கிறது. வரும் காலங்களில் இது அதிகமாகலாம் என்றாலும், தங்களுக்கென சில நிகழ்ச்சிகளைத் தயாரித்தோ அல்லது விலைக்கு வாங்கியோ தங்களுடைய வாடிக்கையாளர்களைத் தக்க வைத்தால்தான் ஒருங்கிணைப்புத் தளங்களின் எதிர்காலம் சிறக்கும்.

இப்படிப் போராடி மார்க்கெட்டிங் செய்து ஒவ்வொரு வாடிக்கையாளரையும் தக்க வைத்துக்கொள்ள அனைத்து நிறுவனங்களும் தலைகீழாய்த் தண்ணி குடித்துக் கொண்டிருக்க, வருடக் கணக்கில் சும்மா உட்கார்ந்து கொண்டிருந்த ஜியோ சினிமா தளம் திடீரென உயிர் பெற்று மொத்த ஓடிடி தளங்களையும் ‘நாம அடுத்தது என்ன செய்யணும்’ என்று யோசிக்க வைத்துவிட்டது.

# 14. House of Secrets

ஜியோ சினிமா, ஜியோ சிம் போனுடன் இலவசமாய் கொடுக்கப்படும் பல ஜியோ ஆப்புகளுடன் ஒன்றாகத்தான் இருந்தது. இன்றைய இணையத்தின் வளர்ச்சியைப் பற்றிப் பேச வேண்டுமென்றால் அது ஜியோவுக்கு முன் ஜியோவுக்கு பின் என்றுதான் பேச வேண்டும். அப்படியான ஒரு பெரிய வளர்ச்சியைக் கொண்டு வந்தது ஜியோதான்.

அவர்களின் ஜியோ சாவனை தவிர, ஜியோ போன் பயனாளர்களுக்கு உபயோகமான இன்னொரு ஆப் என்றால் அது ஜியோ ப்ளஸ்தான். அதன் மூலமாய் இந்தியாவில் உள்ள பெரும்பாலான சேனல்களை இலவசமாய்ப் பார்க்க முடிந்தது. முக்கியமாய் மொபைலில் பார்க்க முடிந்தது. இதன் மூலம் டிவியைத் தங்களது இண்டெர்நெட் பேண்ட்வித் மூலம் இலவசமாய் ஒளிபரப்ப நினைத்த அத்தனை தொலைத்தொடர்பு நிறுவனத்திற்கும் ஒரு பெரும் போட்டியை ஆரம்பித்து வைத்தது ஜியோ நெட்வொர்க்.

அவர்கள் கவனம் செலுத்தாமல் வைத்திருந்த ஒரு செயலிதான் ஜியோ சினிமா. ஜியோ சினிமாவில் அப்படியொன்றும் பெரிய கண்டெண்டுகள் அணி வகுத்திருக்காது. அதில் பார்ப்பதற்கு என்று ஏதும் தனியாய் இல்லாது இருந்ததால் அதை யாரும் கண்டு கொண்டதேயில்லை. இத்தனைக்கும் ஜியோ ஸ்டுடியோ எனும் நிறுவனம் தமிழ் மற்றும் பல மொழிகளில் படங்களைத் தயாரித்திருந்தது. அத்திரைப்படங்களை நெட்ஃப்ளிக்ஸ் அல்லது அமேசான் போன்ற

நிறுவனங்களில் விற்றார்களே தவிர அவர்களது ஜியோ சினிமாவில் வெளியிடவே இல்லை.

பல வெளிநாட்டு ஓடிடி தளங்களையும், ஹாலிவுட் நிறுவனங்களின் படங்களையும் தங்களது ஓடிடியில் ஒப்பந்த அடிப்படையில் நெட்ஃப்ளிக்ஸ், அமேசான், சோனி லைவ் எனப் பல பிரபல ஓடிடி தளங்கள் ஒப்பந்தம் செய்து கொண்டிருந்தன. இதன் மூலம் தங்களது இண்டர்நேஷனல் லைப்ரரியை தக்க வைத்துக் கொள்ள நினைத்தன. ஆனால் அதே நேரத்தில் ஹாட்ஸ்டார் டிஸ்னியுடன் கை கோர்த்தது. டிஸ்னியின் பல நிகழ்ச்சிகள் முன்பு நெட்ஃப்ளிக்ஸ் மற்றும் அமேசானில் இருக்க, அவை எல்லாம் மொத்தமாய் ஹாட்ஸ்டார் டிஸ்னிக்கு வந்தன. இதனால் இவர்களது இண்டர்நேஷனல் லைப்ரரி மெருகேறியது. அதே நேரத்தில் தங்களது சந்தாவை 200 ரூபாயிலிருந்து மெல்ல ஆயிரம் ரூபாய் ஆக்கியது. அடுத்து ஹெச்.பி.ஓவின் நிகழ்ச்சிகளுக்கு அவர்களுடன் ஒப்பந்தம் போட்டது. இதனால் அவர்களது லைப்ரரி பெரும் ஹிட் நிகழ்ச்சிகளைக் கொண்ட ஓர் ஓடிடி தளமாய் மாறியது.

குறிப்பாய் 'கேம் ஆஃப் த்ரோன்' கடைசி எபிசோடுகள் வெளிவரும் போது அதைப் பார்ப்பதற்காகவே வாடிக்கையாளர் ஆனவர்கள் அதிகம். இப்படியாக டிஸ்னி ஹாட்ஸ்டார் நம்பர் ஒன்னாக கோலோச்சிக் கொண்டிருந்தது. 1,800 ரூபாய் கொடுத்தால்தான் விளம்பரம் இல்லாமல் படம் பார்க்க முடியும் என்கிற நிலையில் தன் இடத்தைத் தக்க வைத்துக் கொண்டது.

அமேசான் தன் பங்கிற்கு ஜேம்ஸ்பாண்டின் படங்கள் அனைத்தையும் லைப்ரரியில் சேர்த்துக் கொண்டது. இன்னொரு பக்கம் சோனி தன் லைப்ரரியில் சில ஹாலிவுட் படங்கள் மற்றும் சீரீஸ்களை சேர்த்துக் கொள்ள, நெட்ஃப்ளிக்ஸிடமிருந்து பல நிறுவனங்கள் சீரீஸ்கள் மற்றும் படங்களின் ஒப்பந்தங்களை முடித்துக் கொண்டு வேறு ஓடிடி தளங்களோடு ஒப்பந்தம் போட்டுக்கொள்ள ஆரம்பித்தன. பல கிளாஸிக் படங்கள் நெட்ஃப்ளிக்ஸிடமிருந்து விலகிப் போயின.

இன்னொரு பக்கம் பிராந்திய மொழி ஓடிடி தளங்களுடனான போட்டி வேறு. அதைச் சமாளிக்க, பெரிய ஓடிடி தளங்கள் பிராந்திய மொழி ஓடிடிகளை விலைக்கு வாங்க ஆரம்பித்தன. ரிலையன்சின் வயாகாம் 18 மூலம் மொத்த டிவி சேனல்கள் மற்றும் ஓடிடி நிறுவனங்களை ஜியோ தன் வசம் சேர்த்துக் கொண்டது. இதன் மூலம் தமிழ், தெலுங்கு, இந்தி மற்றும் மற்ற மாநில மொழி சேனல்கள் மற்றும் நியூஸ் சேனல்களைத் தங்கள்

வசம் மாற்றியது ஜியோ. வூட் எனும் ஓடிடி தளமும் அத்தளத்தின் நிகழ்ச்சிகளும் ஜியோவின் வசமாயின.

இன்னொரு பக்கம் சோனி, ஜீ நெட்வொர்க்கை வாங்கியது. இதனால் இந்தியாவின் மிக முக்கியமான இரண்டு டிவி நெட்வொர்க்குகள் ஒன்று சேர்ந்தன. இரண்டு நிறுவனங்களின் ஓடிடியாகட்டும், டெலிவிஷன் நிகழ்ச்சிகளாகட்டும், பெரும் லைப்ரரியை கொண்டவை.

'லயன்ஸ்கேட்' மற்றும் 'யூனிவர்சல்' தங்களுடைய நிகழ்ச்சிகளுக்காக இந்தியாவில் களமிறங்கி இருக்கின்றன. லயன்ஸ்கேட் இந்திய அளவில் நிகழ்ச்சிகளைத் தயாரிக்க ஆரம்பித்திருக்கிறது. இன்னொரு பக்கம் நெட்ஃப்ளிக்ஸ் இந்திய அளவில் சுமார் 40க்கும் மேற்பட்டவர்களுடனான ஒப்பந்தம் போட்டுக்கொண்டு, மாதந்தோறும் இந்திய முக்கிய மொழிகள் எல்லாவற்றிலும் படங்கள் மற்றும் தொடர்களைக் கொடுக்கத் தயாராகிக் கொண்டிருக்கிறது. ஆல்ட் பாலாஜி, ஷிமாரோ, ஹங்காமா போன்ற பல மூன்றாம் நிலை ஓடிடிக்களும் தங்களுக்கான மார்க்கெட் அளவில் நிகழ்ச்சிகளை இந்தியில் மட்டுமில்லாமல் பிராந்திய மொழிகளிலும் தயாரிக்க ஆரம்பித்திருக்கின்றன.

எம்.எக்ஸ் ப்ளேயர் முழுக்க முழுக்க இலவச ஓடிடி தளமாய்த்தான் ஆரம்பிக்கப்பட்டது. அதுவும் ஏ.வி.ஓ.டியில். இந்திய அளவில் என்றில்லாமல் எல்லா மொழிகளிலும் நிகழ்ச்சிகளை ரெவின்யூ ஷேரிங்கில் தங்களது ஓடிடி தளத்தில் ஒளிபரப்பியது. கொரியன் சீரீஸ்கள், அதன் இந்தி டப்பிங் என ஒரு புறம் இண்டர்நேஷனல் நிகழ்ச்சிகளையும் ஏ.வி.ஓ.டியில் கொடுத்துக் கொண்டிருந்தது. கூடவே தமிழ், இந்தி, தெலுங்கு, மராத்தி என வெப் தொடர்களை தங்களது ஓடிடிக்காகவே தயாரித்தது. அதில் குறிப்பிடத்தக்கது 'குவின்' (Queen) கௌதம் மேனன் இயக்கி வெளிவந்தது. நிறைய விமர்சனங்களையும் நல்ல பெயரையும் பெற்றுத்தந்தது. பொன்னியின் செல்வனை வெப் தொடராக ஆக்க ரஜினியின் மகள் சௌந்தர்யாவிடம் இது ஒப்படைத்திருக்கிறது. இலவச ஏ.வி.ஓ.டியாக இருந்த இந்த ஓடிடி, வருடத்திற்கு ரூ 200 கொடுத்தால் எம்.எக்.எக்ஸ் கோல்ட் ஸ்கீமில் விளம்பரம் இல்லாமல் பார்க்கலாம் என்று எஸ்.வி.ஓ.டியில் களமிறங்கியிருக்கும் நேரத்தில், அமேசான் எம்.எக்ஸ்.ப்ளேயரை விலை கொடுத்து வாங்கியிருப்பதாய்த் தகவல். மேலும் அமேசான் மராத்தி ஓடிடியான ஹோய் சோய்யையும் வாங்கப் பேசிக் கொண்டிருப்பதாய்த் தகவல்.

இப்படி ஏகப்பட்ட மெர்ஜர்கள், விற்பனை, வாங்கல் எல்லாம் நடப்பதற்கு, சும்மா இருந்த ஜியோ சினிமா ஆக்டிவானதும் ஒரு காரணம். ஐபிஎல்லை அவர்கள் ஹாட்ஸ்டாரிடமிருந்து தங்கள் வசப்படுத்தியவுடன் எப்படி ஜியோ சினிமாவில் இது ஒர்க்கவுட் ஆகப் போகிறது என்று யோசித்துக் கொண்டிருக்கும் போதே, ஐ.பி.எல்லை இலவசமாய்க் கொடுத்து வாடிக்கையாளர்கள், கிரிக்கெட் ஆர்வலர்கள் என இந்திய அளவில் அனைவரையும் ஒரே மாதத்தில் தங்கள் ஓடிடி தளத்தின் ஆப்பை டவுன்லோட் செய்ய வைத்துவிட்டது ஜியோ. கூடவே ஐபிஎல்லை பார்க்க வரும் வாடிக்கையாளர்களுக்கு வூட் ஓடிடியிலிருக்கும் நிகழ்ச்சிகளைத் தங்களுடைய ஓடிடி தளத்தில் இணைத்து இலவசமாய்க் கொடுக்க ஆரம்பித்தது. ஐபிஎல்லுக்கு பிறகு என்ன செய்யப் போகிறது என்று யோசித்துக் கொண்டிருக்கும் போதே, எச்.பி.ஓவை தங்கள் வசம் சேர்த்துக் கொண்டது. ஏற்கெனவே ஐபிஎல்லைத் தூக்கியது மூலம் ஹாட்ஸ்டாருக்கு அதிர்ச்சியை அளித்த ஜியோ சினிமா, இப்போது பார்மவுண்ட், பீக்காக் போன்ற இண்டர்நேஷனல் நிகழ்ச்சிகளைத் தரும் ஓடிடியுடன் கை கோர்த்தது. இவற்றைக் காண வருடத்திற்கு 999 ரூபாய் என்று எஸ்.வி.ஓ.டியில் களம் இறங்கியது.

அதே நேரத்தில் இந்திய அளவில் 100க்கும் மேற்பட்ட படங்கள், சீரீஸ்கள் என வரிசையாய் மாதத்திற்குப் பத்தை இறக்க ஆரம்பித்திருக்கிறது. 200 கோடி செலவில் உருவான, சாகித்கபூர் நடித்த படத்தை இலவசமாய்க் கொடுத்திருக்கிறது. விஜய் சேதுபதி நடித்த மும்பைக்கர் படத்தையும் இலவசமாய்க் கொடுத்திருக்கிறது. இந்திய கண்டெண்டுகள் எல்லாமே இலவசம். இவற்றில் விளம்பரங்கள் ஒளிபரப்பப்படும். ஆனால் விரைவில் இதுவும் மாதக் கட்டணமாகவோ அல்லது வருடக் கட்டணமாகவோ மாறும் என்று மார்க்கெட் சொன்னாலும், ஜியோவின் வியாபார ரகசியமே இலவசமாய் எல்லாவற்றையும் கொடுத்துவிட்டு, மெல்லத் தன் மார்க்கெட்டை ஸ்திரப்படுத்திக் கொள்வதுதான்.

இதனால் மற்ற மார்க்கெட் பிளேயர்களும் தங்களின் மார்க்கெட்டைத் தக்க வைத்துக் கொள்ளப் பெரும் போராட்டத்திற்குக் களமிறங்கியே ஆக வேண்டும். இதில் நண்டு சிண்டுகளாய் இருக்கும் பல புதிய ஓடிடிக்களும் களமாடித்தான் ஆக வேண்டும். ஏனென்றால் இந்திய ஓடிடியின் மார்க்கெட் 2026ம் ஆண்டில் 2600 கோடியைத் தொடும் மார்க்கெட்.

வாடிக்கையாளர்களுக்கான விஷயங்களைப் பார்த்துவிட்டோம். ஆனால் எத்தனையோ கலைஞர்கள், ஓடிடி தங்களுக்கு ஒரு புதிய கதவைத் திறந்துவிட்டிருக்கிறது என்கிற நம்பிக்கையுடன் இருந்தாலும், இந்த ஓடிடி தங்களை எப்படி அணுகுவது, எப்படி அவர்களுடன் சேர்ந்து நிகழ்ச்சிகளைத் தயாரிப்பது என்பது போன்ற பல கேள்விகளுக்குப் பதில் தெரியாமல் அலைந்து கொண்டிருக்கிறார்கள். இனி அவர்களுக்கான பதிலைப் பார்ப்போம்.

# 15. The Ride

"நல்ல தரமான சின்ன படங்கள் எடுத்தா ஓடிடி—ல வித்துரலாம்."

"இனி வெப் சீரீஸ்தான் எதிர்காலம். நல்ல கண்டெண்ட் இருந்துச்சுன்னா ஓடிடி ஃபண்ட் பண்ணி எடுத்துரலாம்."

"அடல்ட் கண்டெண்டுக்குத்தான் இப்ப மவுசே. கொஞ்சம் பெப்பா ஒரு கண்டெண்ட் இருந்தா போதும், லட்டு மாதிரி விலைக்கு வாங்கிடுவாங்க."

"இனி ரைட்டர்ஸ் காலம். எங்களை மாதிரி எழுத்தாளர்களுக்கான காலம் இனிதான் ஆரம்பம்."

இப்படி தயாரிப்பாளர்களும் எழுத்தாளர்களும் இயக்குநர்களும் நடிகர்களும் ஓடிடி வந்த போது கொண்டாட்டமாகவே இருந்தார்கள். ஆனால் அத்தனை கொண்டாட்டங்களையும் நம்பிக்கைகளையும், இவற்றையெல்லாம் எப்படி ஆரம்பிப்பது என்கிற கேள்வி எழும்போதே, நசித்துப் போக வைக்கும் நிலையில்தான் இருக்கின்றன ஓடிடி—களின் வாசல்கள். அப்படி முட்டி மோதி உடைத்த கதைகளையும், எப்படி முட்டி மோதத் தயாராக வேண்டும் என்பதையும் பார்ப்போம்.

ஓடிடியின் வாசல்களை நமது கதைகளைக் கொண்டு அணுக, முதலில் அங்கே இருக்கும் முக்கிய நபர்களின் மின்னஞ்சலாவது தேவை. அப்படி ஒரு உதவி இயக்குநருக்கு அந்த நிறுவனத்தில் இருக்கும் முக்கிய நபரின் மின்னஞ்சல் கிடைத்து, அவரும் மின்னஞ்சல் அனுப்பிவிட்டால், உடனே ஓடிடிக்காரர்கள்

படித்துவிடுவார்கள், இந்த சீரிஸைச் செய்வோம் என்று அவரை அழைப்பார்கள் என்று நீங்கள் நினைத்தால் அது உங்கள் அப்பாவித்தனத்தைக் காட்டுகிறது. அமேசான், நெட்ஃப்ளிக்ஸ், சோனி லைவ், ஜீ5 போன்ற நெட்வொர்க்குகளை அளவீடாக வைத்து இதைச் சொல்ல முயற்சிக்கிறேன்.

அமேசானில் ஒரு வெப் சீரீஸ் செய்ய முதலில் தேவை கதையில்லை. கதையின் சுருக்கம்! அமேசானில் தமிழ் கண்டெண்டுகளைப் பார்க்கும் டீமின் பார்வையில் இதைக் கொண்டு சேர்க்கவேண்டும். நான் முன்பே சொன்னது போல கதைச் சுருக்கத்தை அவர்களுக்கு மின்னஞ்சல் செய்ய வேண்டும். பெரும்பாலும் கார்ப்பரேட் நிறுவனங்கள் ஒரு டெம்ப்ளேட் பதில் வைத்திருக்கும். 'உங்களது மெயில் எங்களுக்குக் கிடைத்தது, விரைவில் இது குறித்து உங்களுக்குத் தெரியப்படுத்தப்படும்.' பெரும்பாலும் இப்படித்தான் பதில் வரும். 'உங்களது கதை எங்களுக்கு சூட் ஆகவில்லை' என்பது போன்ற பதில்கள் கூட சில சமயம் வருவதற்கு வாய்ப்பு இருக்கிறது. இப்படி ஒரு பதில் வருவது கூட, இத்தனை வருட ஓடிடி பந்தயங்களில் ஓடி நொந்து போனவர்கள் சோஷியல் மீடியாவில் புலம்பியதால் நடந்த விஷயம்

ஒரு முறை சென்னையில் டிஜிடல் ஒளிபரப்புத் தொழில் முனைவோர் மற்றும் அதன் பிரிவினரின் கண்காட்சி நடந்தது. எல்லா ஓடிடி நிறுவனங்களின் முதன்மை அதிகாரிகளிடம் கேள்வி—பதில் செஷன் ஏற்பாடாகியிருந்தது. அந்நிகழ்ச்சியில் எல்லா அதிகாரிகளிடமும் சினிமா ஆர்வலர்களும் உதவி இயக்குநர்களும் கேட்ட ஒரே கேள்வி இதுதான். "உங்களை நாங்கள் எப்படி அணுகுவது?" அதற்கு அவர்களிடமிருந்து வந்த ஒரே டெம்ப்ளேட் பதில், இமெயில் என்பதுதான்.

பாண்டியராஜனின் படம் ஒன்றில் பைத்தியங்களை எல்லாம் ஏலம் கேட்க வைத்து கடைசியில் பிம்பிலாக்கி பிலாப்பி என்று ஒரு பைத்தியம் சொல்லுமே, அந்தப் பதிலுக்கும் இந்த இமெயில் பதிலுக்கும் பெரிய வித்தியாசமில்லை என்பது அங்குக் கேள்வி கேட்டவர்கள் அனைவருக்குமே தெரியும். ஏன் பதில் சொன்னவர்களுக்குக் கூட தெரியும்.

பின்பு எப்படித்தான் இந்த நிறுவனங்களைத் தொடர்பு கொள்வது? ஏற்கெனவே சொன்னபடி மின்னஞ்சல்தான். ஆனால் யாருக்கு மின்னஞ்சல் செய்யப் போகிறீர்கள் என்பதில்தான் இருக்கிறது சூட்சமம். ஏனென்றால் வெப்சீரிஸ் மற்றும் ஓடிடிக்கான திரைப்படத் தயாரிப்பு என்பது ஒரு தயாரிப்பாளரைத்

திருப்திப்படுத்திவிட்டால் படம் ஆரம்பிக்கலாம் என்பது போலச் சுலபமில்லை. 'என்னடா இது! தயாரிப்பாளரைத் திருப்திப்படுத்துவது சுலபம் என்கிறானே.. அவனவன் தலையால தண்ணி குடிச்சிட்டிருக்கான்!' என்றுதானே யோசிக்கிறீர்கள்? ஆமாம்! ஓடிடி நிறுவனத்தில் ப்ராசஸ் செய்து ஒரு ப்ராஜெக்ட் ஆரம்பிப்பது என்பது, ஒரு சாதாரணப் படத் தயாரிப்பை கன்வின்ஸ் செய்வதை விட நாலு மடங்கு கஷ்டம். ஏனென்றால் அவர்கள் வேலை செய்யும் முறை அப்படி.

உதாரணத்திற்கு, ஓடிடி நிறுவனம் ஒன்று தனது முதலீட்டில்தான் தங்களுக்கான நிகழ்ச்சிகளைத் தயாரிக்கிறது என்றாலும், அது நேரிடையாய்த் தயாரிப்பில் ஈடுபடுவதில்லை. அதற்குக் காரணம் அந்நிறுவனத்தின் முதலீட்டு (இன்வெஸ்ட்மெண்ட்) முறை. அது தவிர, தயாரிப்பு என்பது மிகப் பெரிய பொறுப்பு. அதை அனுபவமிக்க ஆட்களிடம் ஒப்படைத்துவிட்டு மேற்பார்வை செய்து வந்தாலே போதுமானது. அதுதான் சுலபமும் கூட. இதுதான் ஓடிடிக்காக படமோ வெப் சீரீஸோ இயக்க அல்லது எழுத முயல்கிறவர்கள் கவனிக்க வேண்டியது. இங்கே நீங்கள் நேரிடையாய் ஓடிடி நிறுவனங்களைத் தொடர்பு கொள்வதை விட, தயாரிப்பு நிறுவனங்களைத் தொடர்பு கொள்வதுதான் முக்கியம். அதுவும் நன்கு பெயரெடுத்த நிறுவனங்கள் அல்லது ஓட்டிக்களுடன் தொடர்புடைய நிறுவனங்களைத் தேர்ந்தெடுத்து அணுக வேண்டும்.

'உங்களிடம் வெப்சீரீஸுக்கான கதை இருக்கிறதா, உங்களது கதைச் சுருக்கத்தை எங்களுக்கு அனுப்புங்கள்' என்று ஈமெயில் முகவரி கொடுத்து, பல நிறுவனங்கள் விளம்பரம் கொடுத்ததைப் பார்த்திருப்பீர்கள். உடனடியாய் நீங்களும் அந்த நிறுவனத்தின் மின்னஞ்சலுக்கு உங்களது கதையை அனுப்புவீர்கள். அதன்பின் அந்த மின்னஞ்சல் கிணற்றில் போட்ட கல்லாய்த்தான் கிடக்கும். அதற்குக் காரணம் இருக்கிறது.

உங்களது கதைச் சுருக்கத்தைப் படிப்பதற்காகவே அந்நிறுவனத்தில் ஆட்கள் நியமிக்கப்பட்டிருப்பார்கள். அவர்கள் படிப்பதற்கு முதலில் நேரம் ஆகும். அதன் பிறகு மெஜாரிட்டியாய் அவர்களால் தேர்ந்தெடுக்கப்படும் கதைகளை வரிசைப்படுத்தி வைப்பார்கள். அதைத் தயாரிப்பாளரோ அல்லது ஓடிடி நிறுவனங்களிடம் தங்களது நிறுவனத்துக்காகத் தொடர்பில் இருப்பவரோ படிப்பார். அவரிடம் முன்பே ஓடிடி நிறுவனங்கள் தாங்கள் எந்த மாதிரியான கதைகளைத் தேடிக்

கொண்டிருக்கிறோம் என்று சொல்லியிருப்பார்கள். எனவே தங்கள் நிறுவனக் கதைகளை அவர்களிடம் அடுத்த நிலைக்குச் செல்ல ஏதுவாய் தங்களது விருப்ப லிஸ்டில் உள்ள கதைகளை தேர்வு செய்து அனுப்புவார்கள்.

நீங்கள் அனுப்பிய கதையை அவர்கள் அப்படியே அனுப்ப இயலாது. கதைகளை அவர்களிடம் பகிர்ந்து கொள்வதற்கு முன் சில வழிமுறைகளை ஒவ்வொரு ஓடிடி நிறுவனமும் வைத்திருக்கிறது. அதன்படி அவர்கள் கேட்ட தகவல்கள் அனைத்தையும் இணைத்து அந்தக் கதைச் சுருக்கத்தை அனுப்ப வேண்டும்.

அதை அங்கே இருக்கும் கதைச் சுருக்கம் படிக்கும் டீம் படித்து அவர்களின் தலைமை அதிகாரியிடம் எதுவெல்லாம் ஓகே என்று சொல்ல வேண்டும். அதை அவரும் அங்கீகரித்த பிறகு, கதைச் சுருக்கம் அனுப்பிய தயாரிப்பு நிறுவனத்தை அழைத்து ‘பிட்ச் டெக்’ தயார் செய்யச் சொல்வார்கள்.

*அது என்ன பிட்ச் டெக்?*

# 16. Scoop

‘பிட்ச் டெக்’ என்று சொல்லும் போதே ‘பைபிள்’ என்று வேறு ஒன்று சொல்கிறார்களே, அது என்ன? பிட்ச் டெக் என்றாலும் பைபிள் என்றாலும் ஒன்றே. கொஞ்சம் பெரிய நிறுவனம் என்றால் பிட்ச் டெக்குக்கு பெயர் பைபிள். சின்ன நிறுவனம் என்றால் அதன் பெயர் பிட்ச் டெக். இப்போதைக்கு பிட்ச் டெக் என்றே வைத்துக் கொள்வோம். பிட்ச் டெக் என்பது ஒன்றும் பெரிய விஷயமில்லை. கதைச் சுருக்கம்தான். இந்தக் கதைச் சுருக்க வாழைப்பழத்தை உரித்து எப்படி அவர்கள் வாயில் வைத்துக் கொடுக்க வேண்டும் என்பதைத்தான் இப்போது விளக்கப் போகிறேன்.

ஓடிடி நிறுவனம் தயாரிப்பு நிறுவனத்திற்கு ‘உங்களது கதைச் சுருக்கம் ஓகே, பிட்ச் டெக் அனுப்புங்கள்’ என்று மெயில் அனுப்பிய பின், தயாரிப்பாளர் அந்தக் கதையின் எழுத்தாளரை அழைத்து, கதையை முழுசாய் அப்போதுதான் கேட்பார்கள். ஏனென்றால் அவர்களைப் பொறுத்தவரை அது தேர்வு கமிட்டி ஓகே செய்து அனுப்பிய பத்துக் கதைகளில் ஒன்று. அவற்றில் ஒன்றை ஓடிடி தேர்ந்தெடுத்திருப்பதினால் அது நேரடியாகத் தயாரிப்பாளரின் கவனத்தைப் பெறுகிறது.

எழுத்தாளரே இயக்குநராக முடியுமா? இப்போது ஏன் இந்தக் கேள்வி? பின்னால் சொல்கிறேன். எழுத்தாளரை அழைத்துக் கதையைக் கேட்பார்கள். தயாரிப்பு நிறுவனங்களைப் பொறுத்தவரை நாம நல்ல கண்டெண்ட்டைத் தயாரிக்கப் போகிறோம் என்கிற

எண்ணத்தை விட, 'ஓடிடிக்காரன் ஓகே சொல்லியிருக்கான். எதுவானா என்ன? பணம் அவனுது. லாபம் நம்முது' என்கிற எண்ணம்தான் பெரும்பாலும் மேலோங்கியிருக்கும். எனவே கதையைக் கேட்ட மாத்திரத்தில் 'ஓகே! நீங்க இதுக்கு ஒரு பிட்ச் டெக் ரெடி பண்ணுங்க' என்று எழுத்தாளரிடமே பொறுப்பை ஒப்படைத்துவிட்டு அக்கடா என்றிருக்கும் தயாரிப்பாளர்களும் இருக்கிறார்கள். அப்படியான தயாரிப்பாளர்கள் எக்காரணம் கொண்டும் எழுத்தாளருக்கு ஒரு சிறு தொகையைக் கூட அட்வான்ஸாகக் கொடுக்க மாட்டார்கள். ஏனென்றால், பிட்ச் டெக் அனுப்பினாலும் ஓகே ஆகுமா ஆகாதாவென அவர்களுக்கும் தெரியாது. பின் எதற்கு எழுத்தாளருக்கு அட்வான்ஸ் எல்லாம்? அடிமை எழுத்தாளரும் வேறு வழியில்லாமல் 'எப்படியாச்சும் நம்ம கதை ஓகே ஆகணும்' என்று குலதெய்வத்தை எல்லாம் வேண்டி பிட்ச் டெக் எழுத ஆரம்பிப்பார். ஆனால் அது அத்தனை சுலபமில்லை.

என்னடா கதை எழுதியவனுக்குக் கதைச் சுருக்கம் எழுதத் தெரியாதா என்று கேட்பீர்கள். சில எழுத்தாளர்களுக்கு வரும். பல எழுத்தாளருக்கு வராது. அதுவும் அவர்கள் ஆங்கிலத்தில் கேட்கிற பட்சத்தில் எப்படித் தமிழ்க் கதையைச் சுவாரஸ்யமான ஆங்கிலத்தில் எழுத முடியும்? தமிழில் எழுதிய ஒருவரே ஆங்கிலத்திலும் புலமை பெற்றிருக்க வேண்டும். அப்படியான ஒரு இக்கட்டான நேரத்தில் தனக்குத் தெரிந்த ஆங்கிலப் புலமை கொண்டவரிடம் தன் கதைச் சுருக்கத்தை ஆங்கிலத்தில் மொழி பெயர்த்து எழுதச் சொல்லிக் கேட்பார்கள். அதில் தன் கதைச் சுருக்கம் தான் சொன்ன அதே எமோஷனில் இருக்கிறதா என்கிற சந்தேகத்தோடுதான் அதை அனுப்பி வைப்பார் எழுத்தாளர். ஏனென்றால் ஆங்கிலப் புலமை இல்லை என்கிற அவஸ்தையில்தான் நண்பரிடம் எழுதக் கேட்டிருக்கிறார் எழுத்தாளர். அவரும் இலவசமாய் எழுதிக் கொடுத்திருக்கிற சினாப்ஸிஸ் எனும் கதைச் சுருக்கத்தின் பல்லைப் பிடித்துப் பார்க்க முடியாது.

கதைச் சுருக்கத்தோடு முடியாது இம்சைகள். உங்கள் படத்தில் யார் யார் எல்லாம் எந்தெந்த கேரக்டரில் நடிக்க வைக்கப் போகிறீர்கள், யார் கேமராமேன், மத்த டெக்னீஷியன்கள் லிஸ்ட் என்று ஒரு பட்டியலைத் தயாரித்து, 'இவர்கள் எல்லாம் இருக்கலாம்' என்று உத்தேசமாய் அவர்களின் புகைப்படத்தோடு, அவர்களின் சுய பிரதாபங்களை நீங்களே எழுத வேண்டும். முக்கியமான விஷயம் ஆங்கிலத்தில் எழுதவேண்டும். அடுத்தது

நல்ல டிசைனில் இதைச் செய்ய வேண்டும். அதைச் செய்ய ஆன்லைன் டிசைனில் கொஞ்சமாவது அனுபவம் வேண்டும். அந்த அனுபவம் இல்லாவிட்டால் பார்த்தவுடன் படிக்கக்கூடிய ஆர்வத்தை ஏற்படுத்தாமல் போய்விடும். எனவே நல்ல பிட்ச் டெக் டிசைனரை வைத்தோ அல்லது ஆன்லைனில் டெம்ப்ளேட் டிசைன் செலக்ட் செய்து நாமாகவோ செய்யலாம். அந்த டிசைனில் நாம் எழுதி வாங்கிய ஆங்கில விஷயங்களை இட்டு, தயாரிப்பாளரின் பெயரைப் போட்டு, கதை, திரைக்கதை, வசனம், இயக்கம் எனத் தங்களது பெயரைப் போட்டு, ஒரு வழியாய் பிட்ச் டெக்கைத் தயாரித்து முடிக்கப் பெரும் பிரயத்தனம் வேண்டும்.

சில எழுத்தாளர்கள் தங்களது கதைகளுக்கு இம்மாதிரியான பிட்ச் டெக்கை, ஆங்கில மொழிபெயர்ப்பை மற்றும் டிசைனைத் தன் சொந்தச் செலவில் செய்து வாங்கியிருப்பார்கள். கதை எழுதுவது ஒரு பக்கம் என்றால் அதை பிட்ச் செய்ய ஆகும் செலவையும் எழுத்தாளர்களே செய்ய வேண்டிய அவலம்தான் பெரும்பாலும். ஓடிடி நிறுவனத்திலிருந்து ஒப்பந்தம் ஆகும் வரை தயாரிப்பாளர் பைசா இறக்க மாட்டார்.

ஆனால் தற்போது ஒரு சில தயாரிப்பாளர்கள், இம்மாதிரி ஒரு கதை ஓடிடிக்குப் பிடித்துப் போய்விட்டால், குறைந்தபட்சம் ஒரு ஆறு மாதத்திற்கு அக்கதையின் உரிமையாளர்களிடம் அக்ரிமெண்ட் போட்டுவிட்டு, கதையின் பிட்ச் டெக் முதல் ஓடிடி நிறுவனம் கேட்கும் அத்தனை விஷயங்களையும் எழுத்தாளருடன் இணைந்து விவாதித்து, ஆங்கிலத்தில் நல்ல புலமை உள்ளவர்களிடம் பணம் கொடுத்து எழுதி வாங்கி ஓடிடிக்கு அனுப்பி வைத்துக் கொண்டிருக்கிறார்கள். ஒரு ஓடிடியில் ஒர்க்கவுட் ஆகாமல் இருந்தாலும் அதையே வேறு ஒரு ஓடிடிக்கு பிட்ச் செய்வார்கள். அதற்குத்தான் இந்த ஆறு மாத காண்ட்ரக்ட். ஆனால் பணம் என்கிற வஸ்துவை எழுத்தாளர் கண்ணில் காட்டுவது அத்தனை சுலபமாய் நடக்காது.

இது கதைச் சுருக்க வேலைதானே என்று எளிதாகச் சொல்லிவிடலாம். ஆனால் நடைமுறையில் அப்படி அல்ல. உதாரணமாக, வெப் சீரீஸ் எனும் பட்சத்தில் முதலில் பிட்ச் டெக்கில் கதைச் சுருக்கம் சொல்லவேண்டும். இக்கதையை நாம் பத்து எபிசோடில் சொல்லவிருக்கிறோம் என்று வைத்துக் கொள்ளுங்கள், அதன் ஒவ்வொரு எபிசோடும் எப்படிப் போகும் எனத் திரைக்கதை சுருக்கம் தரவேண்டும், அதுவும் மேற்சொன்ன அத்தனை டீடெயில்களோடும்!

சில பிட்ச் டெக்குகளைப் பார்க்கும் போது அதில் ஒளிப்பதிவாளர் இந்தக் கதைக்கு என்ன மாதிரியான கலர் பேலட்டைப் பயன்படுத்தவிருக்கிறார் என்றெல்லாம் போட்டிருப்பார்கள். படமெடுக்கையில் அந்த ஒளிப்பதிவாளர் இருப்பாரா என்று கேட்டீர்களானால், அது சந்தேகமே. இயக்குநரே இருப்பாரா எனும் போது ஒளிப்பதிவாளர், நடிகர்கள் என்று எல்லாருமே சந்தேகத்துக்குரிய வாய்ப்புதான். காரணம் பிட்ச் டெக்குக்கு பின் நடக்கும் விஷயங்கள்.

பிட்ச் டெக் தயார் செய்வதற்கே இத்தனை பிரச்சினையா, நல்ல கதையை எழுதிக் கொடுத்தால் அதைத் தயாரிப்பாளர் அல்லவா எல்லா முனைப்புடன் தயாரிப்புக்கு எடுத்துச் செல்ல வேண்டும் என்கிறீர்களா? ஆம், தயாரிப்பாளர்தான் செய்ய வேண்டும். ஆனால், இதை அனுப்பினால் நிச்சயம் ஓடிடி ஓகே சொல்லுமா என்கிற சந்தேகமே ஒரு தயாரிப்பாளரை இதில் முதலீடு செய்ய யோசனை செய்ய வைக்கிறது.

இதையெல்லாம் தாண்டி சில நிறுவனங்கள் முதலீடு செய்து ஓடிடிக்கு அனுப்பி வைப்பதையும் சொல்லியிருக்கிறேன். ஆனால் எழுத்தாளருக்குப் பணம் ஏதும் கொடுக்கப்படுவதில்லை என்பதால், இம்முறையில் பல எழுத்தாளர்கள் தங்களது கதை ஏதோ ஒரு நிறுவனத்தில் மாட்டிக் கொள்வதாக உணர்கிறார்கள். இதனால் தொழில்முறை எழுத்தாளர்கள் பலர், ஆறு மாதக் காலத்திற்கு பிட்ச் செய்ய தயாரிப்பு நிறுவனங்களுக்கு அனுமதி கொடுத்து அதற்கான வேலைகளில் ஈடுபடுவதற்காக ஒரு குறிப்பிட்ட தொகையை வாங்கிக்கொண்டு ஒப்பந்தம் போட்டுக் கொள்கிறார்கள். ஆறு மாதக் காலத்திற்குப் பிறகு அவர்களின் கதையை ஓடிடி நிறுவனம் ஓகே சொல்லிவிட்டால், பின்பு கதைக்கு என ஒரு தொகை, எழுதுவதற்கான தொகை எனச் சம்பளம் நிர்ணயம் செய்துகொள்கிறார்கள். ஏற்கெனவே தயாரிப்பு நிறுவனம் கொடுத்த தொகையை அட்ஜஸ்ட் செய்து கொள்கிறார்கள். இப்படியான ஒப்பந்தங்கள் வர ஆரம்பித்துவிட்டன. இது எல்லாம் மேற்கத்திய எழுத்தாளர்களால் பழகியது. அது இப்போது மும்பை எழுத்தாளர்களிடம் பரவ ஆரம்பித்துவிட்டது. மெல்ல நம்மூருக்கும் வரும் காலம் வெகு தூரத்தில் இல்லை.

# 17. The Trial

பிட்ச் டெக் தயார் செய்து அனுப்பியாகிவிட்டது. தயாரிப்பு நிறுவனமும் ஒரு முறை கதை கேட்டாகிவிட்டது. அடுத்து நேரடியாகப் படப்பிடிப்புக்குப் போக வேண்டியதுதான் என்று நினைப்பீர்கள். இருங்கள், ஓடிடி நிறுவனங்களுடன் பணிபுரிய அதீதப் பொறுமை வேண்டும். ஆரம்பக்கட்ட வேலைகளுக்கே குறைந்தபட்சம் ஆறிலிருந்து ஒரு வருடம் கூட ஆகலாம். அரிதாகச் சில நிறுவனங்கள் மட்டுமே இரண்டு மூன்று மாதங்களில் முதல் நிலையைத் தாண்டி வருகிறார்கள்.

அனுப்பப்பட்ட ப்ராஜெக்டின் பிட்ச் டெக்கை ஓடிடி கிரியேட்டிவ் டீம் படித்துவிட்டு நேரிடையாய் வந்து கதை சொல்லச் சொல்வார்கள். கதை சொல்லும் போது அவர்களுக்கு இன்னும் சில சந்தேகங்கள் வரும். அப்படி வரும் பட்சத்தில் அதில் சில மாறுதல்களை ஏற்படுத்திக் கொடுக்கச் சொல்வார்கள். அதற்குக் கதாசிரியருக்கும் ஒத்துவரும் பட்சத்தில் அதற்கான மாறுதல்களோடு மீண்டும் ஒரு பிட்ச் டெக் தயார் செய்ய வேண்டும். உங்கள் ப்ராஜெக்ட் உயிர்ப்புடன் இருப்பதற்கான சான்று இது.

அடுத்ததாய் மாறுதலுக்கு உட்பட்ட கதையை ஓடிடி நிறுவன கிரியேட்டிவ் ஹெட்டிடம் சொல்ல வேண்டும். அவர் ஹிந்திக்காரராய் இருக்கும் பட்சத்தில் ஹிந்தியில் சொன்னால் சிறப்பு. இல்லாவிட்டால் ஆங்கிலத்தில் சொல்ல வேண்டும். ஏற்கெனவே நாம் அனுப்பிய பிட்ச் டெக் சாராம்சத்தை நம்மை இண்டர்வியூ செய்த டீம் சுருக்கமாக அதைச் சொல்லி இருப்பார்கள். ஆனாலும்

மீண்டும் அதே கதையை நாம் ஹிந்தியிலோ ஆங்கிலத்திலோ சொல்ல வேண்டும்.

தமிழ்க் கதையை ஆங்கிலத்தில் சொல்ல நல்ல பேச்சுப் புலமை வேண்டும். அப்படி இல்லாத பட்சத்தில் நம்முடைய கதை சொல்லல் தோல்வியில் முடியலாம். நாம் என்ன சொல்ல நினைக்கிறோம் என்பதை பிட்ச் டெக்கில் ஆங்கிலப் புலமை உள்ளவர்களை வைத்து எழுதியதை அதே புலமை உள்ளவர்களை வைத்து சொன்னாலேயன்றி நம் கதையைச் சரியாய்ச் சொல்ல முடியும் என்பதற்கு எந்தவிதமான உத்தரவாதமும் கிடையாது. அப்படி ஆங்கிலத்தில் புலமை இல்லாத பட்சத்தில் நல்ல ஆங்கிலப் புலமையுள்ள கதை சொல்லியை வைத்துச் சொல்வதுதான் உசிதம். இங்கே நமக்கு ஆங்கிலம் தெரியாது என்று வெளிப்படுத்திக் கொள்ள வெட்கப்பட வேண்டாம்.

ஒரு வழியாய் ஆங்கிலத்தில் சொல்லி அவர்களுக்கும் புரிந்து ஓகே என்று சொல்லிவிட்டால், பரமபத ஆட்டம் போல ஒரு குட்டி ஏணியில் ஏறி நின்ற சந்தோஷம் கிடைக்கும். அதுதான் கதை ஓகே ஆகிவிட்டதே, பின்பு என்ன காசைக் கொடுத்தால் படமெடுத்துத் தரப் போகிறோம் என்று தயாரிப்பாளர் ரெடியாய் இருக்க, அடுத்த நிலைக்கு ஆட்டம் நகரும். அது டெவலப்மெண்ட் பட்ஜெட்! இது படத்திற்கோ சீரீஸுக்கோ ஆகும் பட்ஜெட் அல்ல. அது வேறு. இது, இக்கதையை உருவாக்குவதற்கு ஆகும் பட்ஜெட். அதாவது இக்கதையை எழுதுகிறவரின் சம்பளம், தயாரிப்புத் தரப்பில் யார் யாருக்கு எல்லாம் முன் பணம் தர வேண்டும், அலுவலகச் செலவு என எல்லாவற்றுக்கும் சேர்த்து இந்தக் கதையை முழு பௌண்டட் ஃபைலாகக் கொடுக்க ஆகும் செலவை பட்ஜெட் செய்து தர வேண்டும். இதற்குப் பெயர்தான் ‘டெவலப்மெண்ட் பட்ஜெட்.’

இந்த பட்ஜெட் கொடுத்த பிறகு பைனான்ஸ் டீமிலிருந்து மெயில் வரும். உங்கள் பட்ஜெட்டைப் பரிசீலனை செய்து இந்த சீரிஸ் அல்லது படத்தின் தோராயமான பட்ஜெட், நடிகர்கள் என ஒரு சின்ன டிஸ்கஷன் முடிந்து, அடுத்து டெவலப்மெண்ட் பட்ஜெட்டுக்கு வருவார்கள். எழுத்தாளருக்கு ஏன் இத்தனை பணம், உடன் எழுத வேறு எழுத்தாளர்கள் இருக்கிறார்களா மற்றும் அலுவலகச் செலவு மற்றும் முன்செலவுகளைப் பற்றியெல்லாம் கேள்விகள் கேட்டு விட்டு, எத்தனை மாதத்தில் இந்த டெவலப்மெண்ட் விஷயம் முடியும் என்கிற தோராயக் காலத்தைப் பற்றியும் பேசிவிட்டு, நாம் அனுப்பிய தொகையிலிருந்து

முன்பின் பேசி ஒரு தொகையை முடிவு செய்வார்கள். அப்படி முடிவு செய்யப்பட்ட தொகையில் ஒரு சிறு பகுதியைத் தயாரிப்பு நிறுவனத்திற்கு முன்பணமாகத் தருவார்கள். அப்படித் தயாரிப்பு நிறுவனம் பெற்ற இந்த அட்வான்ஸ் பணம்தான் முதல் படி.

முதல் படி அதாவது அட்வான்ஸ் எல்லாம் கொடுத்தாகி அலுவலகம் போட்டாகிவிட்டது. எழுத்தாளர் எழுத ஆரம்பித்துவிட்டார். இப்போது இயக்குநர் யார் என்பதை முடிவு செய்ய வேண்டும். பல ஓடிடி நிறுவனங்கள் எழுத்தாளரையே இயக்குநராக முடிவு செய்வது இல்லை. குறிப்பாக சீரீஸ்களுக்கு. எழுதுவதற்குச் சிலரை வைத்துக் கொண்டு இயக்குநரும் எழுதலாம். ஆனால் இயக்குநரே எழுத்தாளராய் இருப்பது அத்தனை சிலாக்கியப்படாது. இதற்கெல்லாம் முன்பு இன்னொரு விஷயம் இருக்கிறது, அதாவது இந்த நிகழ்ச்சியை வழிநடத்தும் பொறுப்பை ஏற்கிறவர் யார் என்பதுதான். பல வெப் தொடர்களில் 'கிரியேட்டட் பை' என இந்த வெப் சீரீஸை கான்செப்ட்டாக உருவாக்கியவரின் பெயர் வரும். அவர்தான் கிட்டத்தட்ட ஷோ ரன்னர்.

'டேவிட் பின்சர்' (DavidFincher) ஒரு சில சீரீஸுக்கு ஷோ ரன்னராய் இருந்திருக்கிறார். அந்த சீரீஸில் சில எபிசோடுகளை இயக்கியும் இருக்கிறார். டேவிட் பின்சர் என்கிற வெற்றி பெற்ற பெயர்தான் அந்த சீரீஸின் கொக்கி. அவரின் தலைமையில் உருவானது எனும் போது ஓடிடி நிறுவனத்திற்கும் பார்வையாளர்களுக்கும் ஓர் எதிர்பார்ப்பு உருவாகும். உதாரணமாய் நவரசா எனும் அந்தாலஜி திரைப்படத்தை மணிரத்னம் தயாரித்து ஒன்பது இயக்குநர்கள் இயக்கினார்கள். ஒன்பது இயக்குநர்களும் பிரபலமானவர்களா என்று பார்த்தால் இல்லை. ஆனால் எல்லாவற்றுக்கும் மேலாக மணிரத்னம் வழங்கும் எனும் போது அதற்குக் கிடைத்த வரவேற்புக்குத்தான் மார்க்கெட்டே. ஓடிடி நிறுவனம் பணம் கொடுத்துத் தயாரிக்கச் சொன்னதற்கு முதல் காரணம் மணிரத்னம் எனும் பிராண்டின் பெயரில் இருக்கும் மந்திரத்தினால்தான்.

இந்த ஷோ ரன்னர் சில ப்ரஜெக்ட்டுகளை அவரே தேர்வு செய்து அவரின் தயாரிப்பு நிறுவனம் மூலமாக முன்பு சொன்ன பிட்ச் டெகை அனுப்பி வைப்பார். அப்படி அவரது கம்பெனியின் சார்பாக அனுப்பப்படும் போது வேலைகள் துரிதமாய் நடைபெறும். துரிதம் என்றால் உடனே என்று அர்த்தம் கொள்ளக்கூடாது. மற்றவர்களுக்கு ஆறு மாதமென்றால் இவருக்கு மூன்று மாதங்களுக்குள் நடக்கும்.

அப்படி ப்ராஸஸ் ஆன ப்ராஜெக்டின் டெவலப்மெண்ட் பட்ஜெட் கொடுக்கப்பட்டவுடன், எழுத்தாளர் ஒவ்வொரு எபிசோடையும் எழுதி அனுப்ப, அதை அங்கேயிருக்கும் டீம் படிக்கும். தமிழ் தெரிந்தவர்களைத் தற்போது எல்லா ஓடிடி நிறுவனங்களும் வைத்துக் கொள்ள ஆரம்பித்துவிட்டார்கள். எனவே கதையைப் படிக்கிறவர்கள் சில மாறுதல்களைச் சொல்வார்கள். அம்மாறுதல்கள் சில சமயங்கள் ஏற்புடையதாய் இருக்கும். சமயங்களில் ஏற்க முடியாததாகக்கூட இருக்கும். அப்படியான நேரத்தில் ஷோ ரன்னர் இரண்டு தரப்பிற்கும் இடையே கதையில் இம்மாதிரியான மாறுதல்கள் ஏற்படுவதால் என்ன பிரச்சினைகள், ஏற்கெனவே சொல்லப்பட்ட கதையில் எது வரலாம் அல்லது சொல்லப்பட்ட மாறுதல்கள் எந்தவிதத்தில் கதையை மேம்படுத்தும் என்று புரிந்து கொண்டு இருவருக்கிடையே பாலமாய்ச் செயல்பட வேண்டும். அதற்கு அந்த ஷோ ரன்னருக்கு சினிமா எழுத்து பற்றிய அறிவு வேண்டும்.

# 18. Inside Job

ஒரு வழியாய் பத்து எபிசோடுகளையும் ஓடிடி டீம், ஷோ ரன்னர் மற்றும் எழுத்தாளர்கள் என எல்லோரும் சேர்ந்து ஒரு ட்ராஃப்ட் தயாரிப்பார்கள். ஒவ்வொரு எபிசோட் ஓகே ஆகும் போதும் சில நிறுவனங்கள் டெவலப்மெண்ட் பட்ஜெட்டில் ஒரு பகுதியைத் தயாரிப்பாளர்களுக்குத் தரும். சில நிறுவனங்கள் மூன்று மாதம் டெவலப்மெண்டுக்கு எடுத்துக் கொண்டு மாதம் மாதம் கூட கொடுத்துவிடுவார்கள். அப்படியில்லாமல் சில சமயம் முதல் அட்வான்ஸுக்குப் பிறகு, கதை திரைக்கதை முழுவதும் முடிந்த பிறகுதான் மொத்தமாகக் கொடுப்பார்கள்.

திரைக்கதை எல்லாம் ரெடியாகிவிட்டது, படப்பிடிப்புத்தானே அடுத்த நிலை என்று நினைத்தீர்களானால் அது நிச்சயம் கிடையாது.

ஏனென்றால் முதல் முதலாய்க் கதையை ஓகே சொன்னதிலிருந்து இந்த டெவலப்மெண்ட் நிலை வரை வரவே குறைந்தது ஆறு மாதத்திலிருந்து ஒரு வருடம் ஆகியிருக்கும். இந்நிலையில் இதே போன்ற கதை அடையாளத்தோடு வேறு ஓடிடியில் கதை வந்திருந்தால் அவ்வளவுதான். மீண்டும் முதலிலிருந்து வேலை செய்ய வேண்டும் அல்லது ப்ராஜெக்டே ட்ராப் ஆகிவிடும் நிலையும் வரலாம். அப்படியான ஒரு அனுபவம் எனக்கே இருக்கிறது.

ஒரு பிரபல ஓடிடிக்கு எனது ‘24 சலனங்களின் எண்’ எனும் நாவலை அடிப்படையாய்க் கொண்டு ஒரு கதைச் சுருக்கத்தை அனுப்பி வைத்தேன். எனக்கிருந்த தொடர்பின் காரணமாய் முதல் நிலையில் ஓகே

ஆனது. அடுத்த நிலையாய் ஒரு பிட்ச் டெக் தயார் செய்து தரச் சொன்னார்கள். பத்து எபிசொடுக்கான திரைக்கதைச் சுருக்கம், யார் யார் எல்லாம் தோராயமாய் நடிக்க இருக்கிறார்கள், யார் டெக்னீஷியன்கள், எனது வெப்சீரீஸ் என்ன மாதிரியான கலர் டோனில் இருக்கும் என உதாரணப் படத்துடன், ஒளிப்பதிவாளர் தேர்வு செய்யப்போகும் கலர் பேலட் வரிசைகள் என அவர்கள் கேட்கப்போகும் அத்தனை விஷயங்களையும் தொகுத்து அளித்தாகிவிட்டது.

அடுத்த நிலை கதை கேட்பது. ஓடிடியின் கதை கேட்கும் குழுவிற்குத் தமிழிலேயே முழுக் கதையையும், முதல் சீசனாய் வரப் போகும் பத்து எபிசோடுகள் எப்படி இருக்கும் எனும் திரைக்கதையையும் சொல்லி, அவர்களுக்கும் பிடித்துப் போய்விட்டது. அடுத்து, விரிவான கதையில் வரும் கதாபாத்திரங்களின் 'கேரக்டர் ஆர்க்' எனப்படும் ஒவ்வொரு பாத்திரமும் எப்படி எப்படி எல்லாம் இந்தக் கதையின் போக்கில் மாறப் போகிறது, அது எப்படியெல்லாம் செயல்படப் போகிறது என்று டீடெயில் வேண்டுமென்று கேட்டார்கள். இது அத்தனையும் பத்து எபிசோட் ப்ரேக்கப்பிலேயே இருந்தாலும் மீண்டும் டீடெயிலாகக் கேட்டார்கள். 'அதுதான் கதைச் சுருக்கம், பிட்ச் டெக்கிலேயே இருக்கிறதே; என்றேன். 'இன்னும் விளக்கமாய் பிரசண்டேஷன் கொடுத்தால் கடைசியில் கதை சொல்லும் போது அவர்கள் புரிந்து கொள்ளச் சுலபமாக இருக்கும்' என்று எனக்குச் சொல்லப்பட்டது. சரி நமக்காக அவர்கள் வேலை செய்கிறார்கள் என்பதாலும், கதையைத் தேர்வு செய்யும் குழுவிற்கு இந்தக் கதையைத் தொடராக்க வேண்டும் என்கிற விருப்பம் அதிகம் இருந்தது என்பதாலும், அவர்கள் கேட்டதை அனுப்பி வைத்தேன்.

அடுத்த நிலை — கிரியேட்டிவ் ஹெட்டிடம் கதை சொல்லல். ஏற்கெனவே சொன்னபடி ஆங்கிலத்தில் சொல்ல வேண்டும். எனக்கு என் ஆங்கிலத்தில் நம்பிக்கை இருந்ததால் நேரிடையாய் ஆங்கிலத்தில் கதை சொன்னேன். உயர்நிலை கிரியேட்டிவ் ஹெட்டுக்கும் கதை பிடித்துவிட, க்ரீன் சிக்னல் கொடுக்கப்பட்டு மெயில் அனுப்பப்பட்டது. அதாவது உங்களது கதையை இந்தத் தயாரிப்பாளருடன் இணைந்து இவரின் கதை, திரைக்கதை, வசனம், இயக்கத்தில் எடுக்க முதல் நிலை முடிவு எடுக்கப்பட்டிருக்கிறது என்கிற மெயில். இவையனைத்தும் நடந்து முடிக்க எனக்கு மூன்று மாதங்களே ஆனது.

ஆறு மாதம் முதல் ஒரு வருடம் கூட ஆகும் என்றீர்களே உங்களுக்கு மட்டும் எப்படி மூன்று மதங்களில் என்று கேட்பீர்கள். அப்படியான அதிசயம் நடந்ததற்குக் காரணம் கோவிட். கோவிட்டின் காரணமாய் அனைவரும் வீட்டிலிருந்தே வேலை செய்ய, பயண நேரம், மீட்டிங் எல்லாமே ஆனலைனிலேயே முடிந்துவிட, இந்த வேலை சுலபமாகிவிட்டது.

அடுத்த நிலை டெவலப்மெண்ட் பட்ஜெட். நானும் என் தயாரிப்பு நிறுவனமும் சேர்ந்து எவ்வளவு செலவாகும் என்று கணக்கிட்டு ஒரு பட்ஜெட்டைத் தயார் செய்து அனுப்பி வைத்தோம். இனி கிரியேட்டிவ் டீமிற்கு நாம் மெயில் அனுப்ப வேண்டியது இல்லை. ஃபைனான்ஸ் டீம் அதாவது நிதிக்குழு நம்மைத் தொடர்பு கொள்ளும். உங்களின் சீரீஸுக்கு தோராயமாய் எத்தனை பட்ஜெட் ஆகும் என்பதையும் அனுப்பி வைக்கச் சொன்னார்கள். எல்லாவற்றையும் அனுப்பி வைத்தாகிவிட்டது. அவர்களின் அக்ரிமெண்ட் ட்ராஃப்ட்டும் வந்தது. அதில் இருந்த ஒரு வரிதான் தூக்கிவாரிப் போட்டது. ‘என்னடா இது துக்கிரித்தனமா எழுதியிருக்காங்களே’ என்று தோன்றியது.

அது என்ன வரி என்றால் ‘உங்களது வெப்சீரிசை / படத்தை நாங்கள் பணம் கொடுத்த பின்பும், எந்த நிலையிலும் எங்களுக்குச் சரியாக வராது என்று தோன்றினால் அதை நிறுத்த அனைத்து உரிமைகளும் எங்களுக்கு உண்டு’ என்கிற வரிதான். அது மட்டுமில்லாமல், கதையின் உருவாக்கத்திற்கு அவர்கள் முதலீடு செய்வதால் எக்காரணம் கொண்டும், இக்கதைக்கான உரிமையை அவர்களிடம் கோரக்கூடாது, இக்கதையின் ஐ.டி ரைட்ஸ் அனைத்தும், அவர்களுக்கே என்றது. அதாவது இக்கதையின் உருவாக்கம் மற்றும் அனைத்து விதமான உரிமைகளும் அவர்களுக்கே சொந்தம் என்பதுதான் அதன் சாரம்.

கதை எழுதியவனுக்கே கதை சொந்தம் கிடையாது என்பதை ஓர் எழுத்தாளனால் அத்தனை சுலபமாய் எடுத்துக் கொள்ள முடியாது. ஒரு கதையை உருவாக்கி ஏழு மலை, ஏழு கடல் போல இத்தனை தூரத்தைத் தாண்டி, இருப்பவர்களை எல்லாம் திருப்திப்படுத்தி அப்பாடா என்று உட்கார்ந்தால், இக்கதை இனி உன்னுடையது கிடையாது என்பது எத்தனை மோசமானது? ஆனால் இங்கு இதுதான் வழக்கம். ஏனென்றால் சீரீஸை பொறுத்தவரை, ஒரு கிரியேட்டர், ஒரு ஷோ ரன்னர், அது தவிர எழுத்தாளர்கள் என இரண்டு மூன்று பேர் கூட எழுதுவார்கள். இத்தனை பேருடைய உழைப்பில் அந்தத் தொடர்

உருவாகும் பட்சத்தில் அனைவரின் பங்களிப்புக்கும் உரிமை கொண்டாடினால் யாருக்கென்று கொடுக்க முடியும்? ஆனால் அதே நேரத்தில் ஒரே ஒரு நபர் மட்டும் எழுதினால் அவர்களுக்கு ஏன் அந்த உரிமையைக் கொடுக்கக் கூடாது என்பதை யாரும் கேட்பதே இல்லை. ஆனால் அதற்கும் காரணமிருக்கிறது. எப்படி ஒரு திரைப்படம் உருவாகும் போது அதற்குக் கதை, திரைக்கதை அனைத்துக்குமான உரிமையைத் தயாரிப்பாளர் வாங்கிக் கொள்வாரோ அது போலத்தான்.

புதிய இயக்குநரை நம்பி முதலீடு செய்யும் பல தயாரிப்பாளர்கள் முதல் படத்து இயக்குநரின் கதை திரைக்கதை என எல்லா உரிமையையும் அவர் வசம் வாங்கி வைத்துக் கொள்வார். ஒரு வேளை படம் சூப்பர் ஹிட் ஆகிவிட்டால் ரீமேக் உரிமை, டப்பிங் உரிமை என உலகில் எத்தனை விதமான உரிமை இருக்கிறதோ அத்தனைக்கும் அவர் உரிமையாளராகி, பணம் பார்ப்பார். இது எல்லாம் முதல் படம் ஹிட்டாகும் வரைதான். அதன் பிறகு ஹிட் கொடுத்த இயக்குநர் தனது கதைக்கான உரிமையை விட்டுக் கொடுக்க மாட்டார். இல்லையென்றால் அதற்கேற்ற சம்பளம் வாங்கி விடுவார்.

இங்கே ஓடிடி நிறுவனங்கள் இந்திய அளவில் செயல்படுகின்றன. அதுவும் டப்பிங் தொழில்நுட்பம் மிகச் சுலபமாகப் போய்விட, எல்லா மொழிகளிலும் டப்பிங் செய்து வெளியிடுகிறார்கள். சில வெளிநாட்டுத் தொடர்களை ரீமேக் செய்யும் பழக்கம் கூட ஆரம்பித்துவிட்டது. ஹாட்ஸ்டாரில் வெளிவரும் பெரும்பாலான சீரீஸ்கள் பிபிசி சீரீஸின் இந்திய மொழியாக்கம்தான். ஏன் சில வெளிநாட்டு சீரிஸ்களைக்கூட இந்திய உரிமை வாங்கி தயாரித்திருக்கிறார்கள்.

இதையெல்லாம் தாண்டி, இந்திய அளவில் நம் கதை வெளிவர வாய்ப்பிருப்பதை நம்பி, துக்கிரித்தனமான வார்த்தையாய் இருந்தாலும், பணம் அவர்களுடையது அவர்கள் இஷ்டம் என்று மனதைத் தேற்றிக் கொண்டு, 'சரி எல்லாத்தையும் பார்த்துத்தானே ஆகணும்' என ட்ராஃப்ட்டுக்கு ஓகே சொல்லி மெயில் அனுப்பி வைத்தோம். அதன் பிறகு அங்கிருந்து எந்தவிதமான சத்தமும் இல்லை.

ஒன்றுமே புரியவில்லை. பரபரப்பாகப் போன ப்ராசஸ் சட்டென ஆமை வேகத்துக்கு ஏன் மாறியது? அதுவும் பணம் கொடுக்கும் நேரத்தில் ஏன் இப்படி? என் மனம் அலைபாய்ந்தது. கிரியேட்டிவ் டீமில் தொடர்பு கொண்ட போது அவர்கள் 'பைனான்ஸ்

டீம் வரிசைப்படி ஒவ்வொரு ப்ராஜெக்டாக ஓகே செய்யும்' என்றார்கள். கிட்டத்தட்ட ஒரு மாதம் போனது! அப்போதும் எந்தப் பதிலும் இல்லை. மீண்டும் கிரியேட்டிவ் டீமிடம் தொடர்பு கொண்ட போது, முதல் நிலையில் எனது கதையை ஓகே செய்த டீம் தலைவி தற்போது விடுப்பில் இருப்பதாய்ச் சொன்னார்கள். கொஞ்சம் நாட்கள் காத்திருந்தோம். மீண்டும் தொலைபேசியில் தொடர்பு கொண்டோம். 'என்ன ஆச்சு?' என்ற கேள்வியை முன்வைத்த போது, அவரிடம் இருந்து வேறு வழியின்றி வந்த தகவல் எங்கள் கனவைத் தூள் தூளாக்கியது. அவர் வேலையை ராஜினாமா செய்துவிட்டதால் அடுத்த டீம் ஹெட் வரும் வரை காத்திருந்துதான் ஆக வேண்டும், இனி நேரிடையாய் அவர்களிடம் நீங்கதான் டீல் செய்ய வேண்டும் என்று சொல்லிவிட்டார்.

அதன் பிறகு இன்று வரை ஏன் அந்த ப்ராஜெக்ட் நின்றது என்று ஓடிடி நிறுவனத்திடமிருந்தோ அல்லது பைனான்ஸ் டீமிலிருந்தோ மெயில் வரவேயில்லை. கிரியேட்டிவ் டீமை விசாரித்த போது “சார் இப்போதைக்கு எதுவும் சொல்ல முடியாது. சவுத் ரீஜினுக்கு யாரையும் இன்னும் ஹெட்டா போடலை. அப்படிப் போட்டு அவரு என்ன முடிவு எடுக்கிறாரோ அதுதான் ப்ராசஸ் ஆகும் நீங்க வேறெங்காயவது கூட முயற்சி பண்ணுங்க” என்றார். அது கூட அபீஷியலாக அல்ல. நம் கதை பிடித்து, அதை எப்படியாவது அடுத்த நிலைக்குக் கொண்டு போக வேண்டுமென்ற உத்வேகத்துடன் இருந்தவர் என்பதால் ஆதங்கம் தாங்காமல் இந்தத் தகவலைத் தனிப்பட்ட முறையில் சொன்னார்.

பல மாதங்கள் டீம் ஹெட் போடப்படவே இல்லை. நம்மைப் போலவே பாதிக்கப்பட்ட நான்கைந்து தயாரிப்பாளர்களைச் சந்தித்தபோது அவர்களுக்கும் அதே ஓடிடியில் ஒவ்வொரு நிலையில் தகவலே இல்லாமல் இப்படி அவர்களது ப்ராஜெக்ட்டுகளும் கைவிடப்பட்டிருப்பது தெரிந்தது. அப்போதுதான் இன்னொரு விஷயமும் புரிந்தது. இம்மாதிரியான நேரத்தில் புதிய டீம் பதவியேற்கும் போது பழைய டீம் தேர்வு செய்த கதைகளைப் புதிய தலைமை கையில் எடுக்க மாட்டார்களாம். காரணம், அவர்கள் வந்து வேலை செய்ததாய் இருக்க வேண்டும். அது தவிர அலுவலக பாலிடிக்ஸூம் இருக்கிறது. அதனால் இனி நாங்கள் இந்த ப்ரஜெக்ட்டை அந்த ஓடிடியில் பிட்ச் செய்ய முடியாது என்று முடிவாகச் சொன்னார்கள். எங்களுடைய ப்ராஜெக்டையும் சேர்த்து மொத்தம் ஒன்பது ப்ராஜெக்ட்டுகள்

ஒவ்வொன்றும் ஒவ்வொரு நிலையில், எவ்விதத் தகவலும் சொல்லாமல் கை விடப்பட்டிருந்தன.

இனி வேறு ஓடிடி நிறுவனத்திற்கு நாம் படையெடுப்போம் என்று நாங்கள் முடிவெடுக்க, நாங்கள் இழந்த நேரம் சுமார் ஒரு வருடம். ஒரு கதாசிரியரின், இயக்குநரின், தயாரிப்பாளரின் முதற்கனவு முயற்சி தோல்வியடைந்தது. அதற்குக் காரணம் கதையோ, பணமோ அல்லது கதையை அடுத்த நிலைக்கு எடுத்துச் சொல்லும் ப்ராசசோ அல்ல கார்ப்பரேட் நிறுவனங்களின் மனிதத்தன்மை இல்லாத அணுகுமுறை. அதே மனநிலையில் அங்கு வேலை செய்கிறவர்களும் இருக்க, யாரு வீட்டுக் காசோ, யாருக்கு யார் கொடுத்தா என்ன, நாம இருக்குற வரைக்கும் நம்ம ராஜ்ஜியம் எனும் எண்ணம்தான் காரணம். அதற்குப் பலி, கனவு காண்கிறவர்கள்.

'என்னடா இவன் வெப்சீரீஸ் எப்படி எடுக்கலாம், ஏதுனு படிச்சிட்டு போகலாம்னு பார்த்தால், எதுவுமே விளங்காதுன்னு சொல்லிட்டு இருக்கானே' என்று நீங்கள் நினைக்கலாம். இதுபோன்ற அனுபவங்கள் என் போன்ற துறை சார்ந்த தொடர்பு இருக்கிறவர்களுக்கே கிடைக்கும்போது, புதிதாய் வருகிறவர்களுக்கு எப்படி இருக்கும் என்று யோசித்துப் பாருங்கள். ஆனால் இதுதான் உங்களது கதைக் கனவுகளை நினைவாக்க இருக்கும் ஒரே வழிமுறை. சில நிறுவனங்கள் இவர்களின் ப்ராஸசை எல்லாம் தாண்டி நேரிடையாய்த் தயாரித்து ஓடிடி நிறுவனங்களுக்கு விற்கும் வித்தையைச் செய்து கொண்டிருக்கின்றன.

இனி, எப்படி ஓடிடி நிறுவனங்கள் தயாரிப்பாளருக்குப் பணம் கொடுக்கின்றன என்பதைப் பார்க்கலாம்.

# 19. The Crew

ஒவ்வொரு ஓடிடி நிறுவனமும் தயாரிப்பாளர்களுக்கும் மற்றவர்களுக்கும் பணம் கொடுக்கும் முறை ஒன்றை வைத்திருக்கிறது. ஏற்கெனவே சொன்னது போல டெவலப்மெண்ட் பட்ஜெட் கொடுத்த மாத்திரத்தில் நெகோஷியேஷனும் ஆரம்பித்துவிடும். ஒரு வழியாய் ஒரு குறிப்பிட்ட தொகைக்கு ஒப்புக் கொண்டதற்குப் பிறகு, ஒரு சில நிறுவனங்கள், ஒவ்வொரு எபிசோடு பைனல் ஆகும்போதும் ஒரு குறிப்பிட்ட சதவிகிதத் தொகை என முடிவு செய்து கொள்ளும். மூன்று மாதத்தில் நீங்கள் முடித்துக் கொடுக்கிறேன் என்று சொல்லியிருந்தால் சில நிறுவனங்கள் மூன்று தவணைகளாய்ப் பணத்தைக் கொடுப்பார்கள். ஆனால் அதற்குள் உங்களது பவுண்டட் ஸ்கிரிப்டை கொடுத்துவிட வேண்டும்.

ஒருவேளை நீங்கள் எழுதியது அவர்களுக்குப் பிடிக்கவில்லை என்றாலோ, மாறுதல்கள் ஏதாவது சொன்னாலோ, அதைச் செய்து கொடுக்க வேண்டும் என்கிற கண்டீஷனோடுதான் பேமெண்ட் இருக்கும். இல்லை, மொத்தத் திரைக்கதையையும் மாற்ற வேண்டும், வேறு புதிய எழுத்தாளர்களைக் கொண்டு எழுதப்பட வேண்டும் என்று ஓடிடி நிறுவன அதிகாரிகள் முடிவு செய்தால், அதற்கான தொகை முழுவதையும் நிறுவனங்களே ஏற்கும். ஆனால் உங்களுக்குப் பண அம் கொடுத்தது கொடுத்ததுதான், உங்களுக்கு ப்ராஜெக்ட் வேண்டுமென்றால் எல்லா மாறுதல்களையும் செய்து கொடுங்கள் என்று விட்டேத்தியாய்ப் பதில் சொல்லும் நிறுவனங்களும் இருக்கத்தான் செய்கின்றன.

தயாரிப்புக்கான பட்ஜெட் முடிந்து தயாரிப்பில் இறங்கும் போது எப்படிப் பணம் விநியோகிக்கப்படும் என்பதற்கு வருவோம். மிகப் பெரிய ஓடிடி நிறுவனங்கள் எல்லாம் ஒவ்வொரு ஸ்டேஜுக்கும் தவணை வைத்திருப்பார்கள். உதாரணமாய்ப் படமோ சீரீஸோ படப்பிடிப்புக்குப் போகும் முன், டெக்னீஷியன்கள், நடிகர்கள், மொத்த டீமுக்கான அட்வான்ஸ், பின்பு முதல் ஷெட்டியூலுக்கான அட்வான்ஸ் என ஒரு தொகை கொடுத்துக் கொண்டே இருப்பார்கள். ஒவ்வொரு தொகை கொடுக்கப்படும் போதும், ஷோ ரன்னர் மற்றும் தயாரிப்பாளர்களுடனான கலந்தாலோசனை இருக்கும். மூவருடைய ஒப்புதல் இல்லாமல் ஓடிடி தரப்பிலிருந்து பணம் அக்கவுண்டுக்கு மாறாது.

ஒவ்வொரு ஷெட்டியூல் முடியும் போதும் அதைப் பார்த்து விட்டு எபிசோட் வாரியாய் வரிசைப்படுத்தி அதில் உள்ள நிறை குறைகளைப் பற்றிப் பேசி, அதில் மாற்றம் ஏதும் வேண்டுமென்றால் அதையும் அடுத்த ஷெட்யூலுக்குள் செய்து தர வேண்டும். கடைசியாய் எல்லாம் முடிந்து மொத்த சீரீஸையும் அவர்களிடம் கொடுத்ததும், குவாலிட்டி கண்ட்ரோல் எனப்படும் சில டெக்னிக்கல் விஷயங்களை எல்லாம் செக் செய்துவிட்டு ஒளிபரப்பாவதற்கு முன் பணத்தை செட்டில் செய்துவிடுவார்கள்.

சீரீஸை எடுத்துக் கொடுத்த பின்னான மார்க்கெட்டிங் மற்றும் விளம்பரச் செலவுகள் எல்லாவற்றையும் நிறுவனமே ஏற்றுக் கொள்ளும். ஒப்பந்தத்திலேயே சம்பந்தப்பட்ட டெக்னீஷியன்கள் அனைவரும் அதில் கலந்து கொள்ள வேண்டும் என்று சொல்லியிருப்பார்கள்.இன்னொரு முக்கியமான கண்டீஷன் ஒன்று இதில் வரும். அது, ஒரு முறை அவர்களிடம் கண்டெண்ட்டைக் கொடுத்துவிட்டால் அது அவர்களுடையதாகிவிடும். ஏதேனும் பெரும் மாற்றமோ அல்லது அந்த ப்ராஜெக்ட்டையே தூக்கி எடுத்து வைத்துவிடுவதோ அவர்களது இஷ்டம். இப்படியான ஓர் அனுபவமும் எனக்கு உண்டு.

சில வருடங்களுக்கு முன்னால் நண்பர் ஒளிப்பதிவாளர் ஜெகதீஷ் 'வீயூ' எனும் ஓடிடிக்காக ஒரு தொடர் இயக்கினார். அரசியல் தொடர். எனக்கு மிக முக்கியமான கதாபாத்திரம். படப்பிடிப்பிலேயே பல பாராட்டுக்கள் கிடைத்தது. இந்த சீரீஸ் வந்தவுடன் அதைச் சார்ந்த அனைவருக்கும் நல்ல பெயரும் வாய்ப்பும் கிடைக்கும் என்று நினைத்திருந்தோம். பெரிய நிறுவனம், பெரும் முதலீடு. எங்களது சீரீஸ் என்று இல்லாமல் இன்னும் நான்கைந்து சீரீஸ்கள் படப்பிடிப்பு நடத்தினார்கள்.

எங்களுடையது முடிந்து மொத்த சீரீஸையையும் கொடுத்து, குவாலிட்டி கண்ட்ரோல் முடிந்து, தயாரிப்பாளருக்குப் பணமும் கொடுத்தாகிவிட்டது. ஆனால் தொடர் ஒளிபரப்பாவது தள்ளிப் போனது.

சில நாட்களில் வியூ ஓடிடியையே மூடிவிட்டார்கள். அவர்களுக்காகத் தயாரித்த சீரீஸும் அப்படியே போய்விட்டது. இப்போது அது யாரிடம் இருக்கிறது, அதை விலைக்காவது வாங்க முடியுமா என்று தேடினால் அந்த நிறுவனமே இல்லாத பட்சத்தில் யாரிடம் கேட்பது என்று தெரியாமல், சுமார் மூன்று வருடங்களாய் முடங்கிப் போய் இருக்கிறது. எனவே பணமில்லாமல் வெளி வராத கண்டெண்ட்டுகள் ஒரு புறம். வியாபாரம் செய்ய முடியாமல் வெளிவராத சீரீஸ்கள் ஒருபுறம். இவற்றைத் தாண்டி இப்படித் தயாரித்தவர்களே ஆட்டத்தைக் கலைத்து விட்டுப் போன கதைகளும் நிறைய உண்டு.

கோடம்பாக்கத்தில் நெட்ஃப்ளிக்ஸுக்கு சீரீஸ் செய்கிறேன் என்று வருடக் கணக்கில் டெவலப்மெண்டிலேயே இருக்கும் ப்ராஜெக்டுகள் நிறைய உண்டு. ஆரம்பிக்கும் போது நான்கைந்து பேரோடு ஆரம்பிக்கும். வருடக்கடைசியில் எழுத்தாளரும் இயக்குநரும் மட்டுமே இருப்பார்கள். என்றைக்காவது ஓடிடி நிறுவனத்திலிருந்து க்ரீன் சிக்னல் காட்ட மாட்டார்களா என்கிற ஏக்கத்தோடு.

இது பார்ட் பேமெண்டாய் செட்டில் செய்யும் நிறுவனங்களைப் பற்றியது. ஒரு சில ஓடிடிக்கள் வேறு விதமான பண விநியோக முறைகளை வைத்திருக்கிறார்கள். கதை எல்லாம் கேட்டு ஓகே சொல்லி ஒரு தொகையை அட்வான்ஸாகக் கொடுத்தவுடன் டெவலப்மெண்ட் என்று எல்லாம் எதுவும் தனியாய் கிடையாது. அதையும் படமெடுக்க ஆகும் பட்ஜெட்டையும் சேர்த்துச் சொன்னால் அவர்கள் வழக்கம் போல நெகோஷியேஷன் டீமிடம் பேசி ஒரு முடிவெடுப்பார்கள். சமீபத்தில் ஒரு ப்ராஜெக்ட்டுக்கு பதினோரு கோடிக்குக் கொடுத்த பட்ஜெட்டை அவர்கள் ஃபைனல் செய்தது ஐந்தரைக் கோடிக்கு என்றால் பார்த்துக் கொள்ளுங்கள். அப்படி ஓகே ஆன தொகையில் படப்பிடிப்பு ஆரம்பிப்பதற்கு முன் இருபது சதவிகிதம் மட்டுமே தருவார்கள். மீதித் தொகையை முழுவதும் தயாரிப்பாளரே முதல் போட்டு அவர்கள் சொன்ன தொகைக்குள் தயார் செய்து தர வேண்டும். அதில் செலவு அதிகமானால் ஓடிடி பொறுப்பு கிடையாது. ஏனென்றால் பட்ஜெட் கொடுக்கும் போதே தயாரிப்பாளரின்

லாபமெனச் சுமார் 10 சதவிகித தொகையையும் சேர்த்துத்தான் பட்ஜெட்டே போடுவார்கள். அப்படியிருக்க, அதிகமானால் அது தயாரிப்பாளர் தலையில்தான் விடியும்.

சரி, லாபமோ நஷ்டமோ படத்தையோ, சீரீஸையோ எடுத்தாகிவிட்டது. அதை வழக்கம் போல டீமிடம் கொடுத்து திருத்தம் எல்லாம் செய்து, இறுதி வடிவம் கொடுத்தும், பணம் கிடைக்குமா என்றால் கிடைக்காது. அந்த கண்டெண்ட் அவர்களது ஓடிடியில் ஸ்ட்ரீமிங் ஆகி 45 நாட்களுக்குப் பிறகு செட்டில்மெண்ட் செய்யப்படும்.

பல தயாரிப்பாளர்கள் இம்மாதிரியான ஓடிடி ப்ளாட்ஃபார்மின் அப்ரூவல் லெட்டரை வைத்துக் கொண்டு, வெளியில் பைனான்ஸ் வாங்கி, ஓடிடி நிறுவனம் பணத்தை செட்டில் செய்யும் பணத்தை வைத்து ஃபைனான்ஸை செட்டில் செய்துவிட்டுப் பார்த்தால் சில்லறைகள் மட்டுமே மிஞ்சிய கதை ஏராளம். என்ன, ஒரு ப்ராஜெக்ட் செய்துவிட்டால், அது வெற்றிகரமான ப்ராஜெக்டாய் அமைந்துவிட்டால், இன்னும் நான்கைந்து ஓடிடிக்களில் ப்ராஜெக்ட் கிடைக்கும். அதை வைத்து அடுத்த கட்டத்திற்கு நகரலாம். அந்த நம்பிக்கைதான் இங்கே அடித்தளம். அதை வைத்துத்தான் ஓடிடி நிறுவனங்களும் செயல்படுகின்றன.

சில பெரிய நிறுவனங்கள் இருபது சதவீதம் என்றில்லாமல் முழு ப்ராஜெக்ட்டுக்கும் சரியான இடைவெளியில் தங்குதடையில்லாமல் பணத்தை அளிக்கின்றன. முழு ப்ராஜெக்டையும் தங்கள் பொறுப்பில் எடுத்தவுடன் செட்டில் செய்துவிடுகிற சில நிறுவனங்களும் உண்டு.

# 20. City of Dreams

இத்தனை நிலைகளைப் பற்றி கவலையில்லாமல் ஒரு சில பெரிய நிறுவனங்கள் வேறு மாதிரியான வழிமுறைகளைக் கையாண்டு தங்களின் கண்டெண்ட்டுகளை விற்கின்றன. அது கொஞ்சம் ரிஸ்க். ஆனால் அதே வேளையில் அது வெற்றி பெற்ற முறை. அது என்ன என்று பார்ப்போம்.

பெரிய பெரிய ஜாம்பவான்கள் எல்லாம் ஓடிடி தளம் ஆரம்பித்துக் கொண்டிருக்க, அப்ளாஸ் எண்டர்டெயின்மெண்ட் எனும் ஆதித்ய பிர்லா க்ரூப் நிறுவனம் இவர்களுக்கான நிகழ்ச்சிகளைத் தயாரிக்கப் போகிறேன் என்று களமிறங்கினார்கள். ஆரம்பக் காலங்களில் இவர்களும் ஓடிடி தளங்களுக்கான கதைகளைத் தேர்வு செய்வது, ஓடிடி நிறுவனங்களை அணுகுவது, அவர்களுடனான மீட்டிங் என ஆரம்பித்தார்கள். ஆதித்ய பிர்லா எனும் பட்சத்தில் தொடர்புகள் சுலபமானதாய் இருந்தது. ஆனால் அதே நேரத்தில் மற்றவர்களுக்கான ப்ராஸஸ் ஆகும் நேரம்தான் இவர்களுக்கும் என இருக்க நாம் ஏன் நேரிடையாய்த் தயாரித்து இவர்களுக்கு விற்கக் கூடாது என்று யோசனை இவர்களுக்குத் தோன்றியது.

பல ஓடிடி நிறுவனங்களின் தொடர்பு, எதிர்காலத்தில் இத்தொழில் எப்படியெல்லாம் வளரப் போகிறது என்பதை உணர்ந்த நிறுவனம் மெல்ல ஓடிடி நிறுவனங்களின் விருப்பம் எதுவென அறிந்து அதற்கேற்றார் போலத் தங்கள் நிறுவனம் மூலமாகவே கதைகளைத் தேர்ந்தெடுத்து, எல்லா நிலைகளையும்

தாங்களாகவே முடிவு செய்து தயாரிக்கத் தொடங்கினார்கள். பிபிசியுடன் தொடர்பு ஏற்படுத்திக் கொண்டு அவர்களது ஆங்கில சீரீஸ்களை இந்திய மொழி உரிமை வாங்கி அவர்களுடன் தயாரிக்க ஆரம்பித்தார்கள். 'இரு துருவம்' எனும் தமிழ் வெப் சீரீஸை சோனி லைவ் ஆரம்பமான போது அவர்களுக்காகத் தயாரித்தார்கள். மெல்லச் சின்ன சின்ன ப்ராஜெக்ட்டுகளாய்த் தயாரிக்க ஆரம்பித்தார்கள்.

'1992 ஹர்ஷத்மேத்தா ஸ்டோரி' எனும் சீரீஸை சோனி லைவ் மீண்டும் புதுப்பித்து வரும் போது வெளியிட்டார்கள். இந்த சீரீஸ் சோனி நிறுவனம் தயாரித்தது கிடையாது. அப்ளாஸ் நிறுவனம் தயாரித்து சோனி லைவ் ஓடிடி தளத்தில் விற்கப்பட்ட நிகழ்ச்சியாகும். அந்த சீரிஸ் சோனி லைவ் ஓடிடியை இந்தியாவெங்கும் பெரிய அளவில் கொண்டு போய்ச் சேர்த்தது. ஆனால் அந்த வெற்றி அப்ளாஸின் தொலைநோக்குப் பார்வையால் கிடைத்த வெற்றி. தைரியமாய் முதலீடு செய்ததால் கிடைத்த வெற்றி. இன்று அதே நிறுவனத்திற்காக இன்னொரு இந்தியப் பிரபல ஸ்கேமான தெகல்கியை வைத்து சீரீஸ் தயாரித்துக் கொண்டிருக்கிறார்கள். இம்முறை இவர்களுடைய முதலீட்டில் அல்ல, சோனி லைவ்வின் முதலீட்டில்.

'கிரிமினல் ஜஸ்டிஸ்' முதல் பாகம் அப்படி உருவானதுதான். பிபிசி, ஆதித்ய பிர்லாவின் அப்ளாஸ் எனும் போது ஹாட்ஸ்டார் அதற்கான அப்ரூவலை வழங்கியது. அதன் பிறகு தொடர்ந்து பிபிசி ஹாட்ஸ்டார், அப்ளாஸ் இணைந்து 'சிட்டி ஆஃப் ட்ரீம்ஸ்' பாகம் ஒன்று இரண்டு, 'ஹோஸ்டேஜ்' பாகம் ஒன்று இரண்டு, 'அந்தேக்கி' பாகம் ஒன்று என சோனி லைவ்வுக்காக இன்னும் நிறைய சீரீஸ்களை தயாரித்து வழங்கிக் கொண்டிருக்கிறது. இவர்களின் கண்டெண்ட்டுகள் தடம் பதிக்காத ஓடிடி தளங்களே இல்லை. அமேசான், நெட்ஃப்ளிக்ஸ், ஹாட்ஸ்டார், எம்.எக்ஸ் ப்ளேயர் என அனைத்துத் தளங்களிலும் இவர்களின் தரமான கண்டெண்டுகளினால் கிடைத்த வெற்றியால், தொடர்ந்து இயங்கிக் கொண்டிருக்கிறார்கள். இதுவரை சுமார் 40க்கும் மேற்பட்ட சீரீஸ்களை தயாரித்திருக்கிறது அப்ளாஸ். சீரீஸுக்கு பிறகு சுமார் ஏழு படங்களை ஓடிடி நிறுவனங்களுக்காகத் தயாரித்துக் கொண்டிருக்கிறது. இன்றைய தேதியில் இந்தியாவின் முக்கியமான கண்டெண்ட் மற்றும் ஐ.பி கிரியேஷன் ஸ்டுடியோவாக வலம் வந்து கொண்டிருக்கிறது அப்ளாஸ் எண்டர்டெயின்மெண்ட்.

இவர்களின் வெற்றிப் பாதையின் மூலமாக நாம் தெரிந்து கொள்ள வேண்டிய முக்கிய விஷயம் என்னவென்றால். ஒரு தயாரிப்பு நிறுவனமாய் வெற்றிகரமாய் செயல்பட மிக முக்கியமான விஷயம் தொலைதூரப் பார்வை. இத்தொழிலுக்கு என்ன தேவை, எப்படியான கண்டெண்ட்டுகளை மார்க்கெட் செய்ய முடியும் என்பதைப் பற்றியெல்லாம் நல்ல அனுபவம் இருந்தால் நிச்சயம் நல்ல தயாரிப்பு நிறுவனமாய் வளர முடியும்.

ஆதித்ய பிர்லா குழுமம் எனும் போது கிடைக்கும் ரத்தினக் கம்பள வரவேற்பு புதிய தயாரிப்பு நிறுவனத்திற்குக் கிடைக்காது. சமயங்களில் வாசல்களை எட்டி மிதித்துதான் திறந்து போக வேண்டிய சூழல் இருக்கும். ஆனால் வெற்றி மட்டுமே பேசப்படும். நீங்கள் எட்டி உதைத்துத் திறந்தீர்களா, இல்லை ஏற்கெனவே திறக்கப்பட்டு வரவேற்கப்பட்ட நிலையில் நுழைந்தீர்களா என்பதெல்லாம் பேச்சே அல்ல. வெற்றி மட்டுமே இதன் சூட்சமம்.

# முடிவாக...

இப்புத்தகத்தின் மூலம் நான் சொல்ல வரும் விஷயம்...

ஏகப்பட்ட தடைகள், பிரச்சினைகளைத் தாண்டி யாரோ எங்கேயோ ஒரு புதிய வெப்சீரீஸைத் தயாரித்துக் கொண்டுதான் இருக்கிறார்கள். இன்று சின்ன இயக்குநராய் வலம் வருகிறவர்கள் பின்னாளில் வெற்றிகரமான இயக்குநராய் வர வாய்ப்பிருக்கிறது. தயாரிப்பாளராக வாய்ப்பிருக்கிறது. ஒரு வெப் சீரீஸோ அல்லது படமோ ஒரு ஓடிடி நிறுவனம் மூலமாகத் தயாரிக்கப்பட வேண்டுமென்றால் குறைந்தபட்சம் இரண்டு வருடமாவது உங்கள் வாழ்நாளில் செலவழிக்க வேண்டியிருக்கும்.

பல ஓடிடி நிறுவனங்களின் நிகழ்ச்சிகளைப் பார்த்த பிறகு இதற்கா அத்தனை பில்டப் கொடுத்தார்கள் என்று கேள்வி தோன்றக்கூடும். படத்தின் வெற்றி தோல்வி போல ஓடிடி கண்டெண்டுகளின் வெற்றி தோல்வியும் மார்க்கெட்டிங் மற்றும் மக்களின் ரசனை சார்ந்துதான் இருக்கிறது. அதீத மார்க்கெட்டிங் காரணமாய் மக்களைப் பார்க்க வைத்துவிடலாம். ஆனால் அது பார்வையாளர்களுக்குப் பிடித்தமான நிகழ்ச்சியாய் மாறும் போதுதான் வெற்றி பெறும்.

சில ப்ராஜெக்ட்டுகள் ஆரம்பிக்கும் போது இருக்கும் சூடு போகப் போக, ஏகப்பட்ட மாறுதல்களுக்கு உட்பட்டு எங்கேயோ சுற்றியலைந்து மிகச் சுமாரான கண்டெண்ட்டாய் மாறிப் போய்விடும். பல பேர் சேர்ந்து செய்த சமையல் மோசமாகும் என்று பழமொழி உண்டு. சீரீஸ்கள் பல சமையல் தெரிந்தவர்கள் மத்தியில்

புதிய சமையல்காரரும் தன் பங்கிற்கு ஒரு கை மசாலாவையோ உப்பையோ போட்டு விடக்கூடிய ஆபத்து நிறைந்த வேலைதான். சமயங்களில் அவை சரியான விகிதத்தில் அமைந்துவிடும்.

எண்டர்டெயின்மெண்ட் என்பது அப்படிப்பட்ட ஒரு தொழில். யாருக்கு எது பிடிக்கும் என்று தெரியாது. நெட்ஃப்ளிக்ஸ் நிறுவனம் ஒரு பத்திரிகையாளர் சந்திப்பில் சொல்லும் போது 'எங்களுக்கு எத்தனை தரமான நிகழ்ச்சியைத் தயாரிக்கிறோம் என்பது முக்கியமில்லை. எத்தனை நிகழ்ச்சிகளை எங்கள் வாடிக்கையாளருக்குத் தருகிறோம் என்பதுதான் முக்கியம்' என்றார்கள். அவர்களுடைய வாக்குமூலம் கேட்பதற்கு அபத்தமாய்த் தோன்றினாலும், உலகம் முழுவதும் இருக்கும் பார்வையாளருக்குத் தரம் என்பது அவரவர் ரசனைக்கேற்பதானது என்ற கோணத்தில் யோசித்துப் பார்த்தால், அவர்களது வாக்குமூலத்தில் உண்மை கொஞ்சம் இருப்பதை உணரலாம்.

ஒரு தளம் தன்னுடைய அத்தனை விதமான ரசிகர்களுக்கும் நிகழ்ச்சிகளைத் தயாரித்துத் தர வேண்டிய கட்டாயம் இருக்கிறது. எது வெற்றி பெறுகிறதோ அதைத் தொடர வேண்டியதுதான்.